किनारा

माधवी देसाई

मेहता पब्लिशिंग हाऊस

Please contact us at **Mehta Publishing House,** Pune 411030.
Email : production@mehtapublishinghouse.com
Website : www.mehtapublishinghouse.com

KINARA by MADHAVI DESAI

किनारा : माधवी देसाई / कथासंग्रह

Email : author@mehtapublishinghouse.com

© सुरक्षित
मराठी पुस्तक प्रकाशनाचे हक्क, मेहता पब्लिशिंग हाऊस, पुणे.

प्रकाशक : सुनील अनिल मेहता, मेहता पब्लिशिंग हाऊस,
१९४१, सदाशिव पेठ, माडीवाले कॉलनी, पुणे - ४११०३०.

मुखपृष्ठ : चंद्रमोहन कुलकर्णी
प्रकाशनकाल : नोव्हेंबर, २००१ / मे, २०१५ / पुनर्मुद्रण : ऑगस्ट, २०१७

P Book ISBN 9788177662207
E Book ISBN 9788184987324
E Books available on : play.google.com/store/books
www.amazon.in

प्रिय **'हॅनी व शरदिनी हॅकर'** (जर्मनी)
यांच्या सहजीवनास —
अर्पण

अभिप्राय

सकारात्मक दृष्टी देणारा कथासंग्रह...

दैनिक सामना २३-३-२००३

अत्यंत गतिमान, आटोपशीर कथासंग्रह

दैनिक सकाळ, नाशिक, १०-०३-२००२

एकटेपणाच्या एकरंगी कथा

दैनिक लोकरंग, १९-०१-२००३

मनोगत

'किनारा' हा माझा पाचवा कथासंग्रह 'मेहता पब्लिशिंग हाऊस'च्या वतीने आज प्रकाशित होतो आहे. यामधल्या सर्व कथा १९९८ च्या दिवाळी अंकांमधून महाराष्ट्र व गोवा इथे प्रसिद्ध झाल्या आहेत. आज त्या एकत्रितपणे वाचकांच्या हाती सोपविण्याचे श्रेय श्री. सुनील मेहता यांचे आहे.

या सर्व कथांमधली पात्रे, माझ्या भटकंतीत मला भेटत गेली. 'सोळावं वर्ष', 'वीस बाय दोन', 'झिंग' या अनेक विषयांनी खूप अस्वस्थ केलं. 'किनारा'मधला 'सॅम' ही पण वास्तव व्यक्तिरेखा! या कथा वेगवेगळ्या पार्श्वभूमीवर घडल्या आहेत.

माझ्या लेखनावर प्रेम करणाऱ्या साऱ्या वाचकांना त्या आवडतील, हा विश्वास आहे. त्या सर्व अनुभवांची मी ऋणी आहे.

मेहता पिता-पुत्रांचे ऋण शब्दातीत!

— **माधवी देसाई**

अनुक्रमणिका

झिंग / १

सोळावं वर्ष / ९

वीस बाय दोन / २०

तेरा दिवस / ३३

सोनपुतळी / ४३

वंशपरंपरा / ५६

घरकुल / ६५

अर्जुनाचे धनुष्य / ७५

अर्थ / ८६

किनारा / ९५

यौवना / १०२

झिंग

डी. एस. पी. रवींद्र आज विलक्षण खुशीत होता. आयुष्यभर जी धडपड केली, ती सार्थकी लागली होती. आज एस. पी. म्हणून त्याची नियुक्ती झाली होती. नुकताच पानकरसाहेबांचा फोन आला होता व त्यांनी ही बातमी रवींद्रला देऊन अभिनंदनही केलं होतं. शुभेच्छांचा वर्षाव होत होता.

"साहेब पार्टी?" गणू कॉन्स्टेबलनं त्याला विचारलं. रवींद्रने दोनशे रुपये, त्याच्या हाती ठेवले. तसा गणूनं कडक सॅल्यूट ठोकला.

गेले पंधरा दिवस साऱ्या डिपार्टमेंटचा कामानं पिट्टा पडला होता. नुकताच मुख्यमंत्र्यांचा दौरा या भागात झाला होता. त्यापूर्वी, जिल्हा परिषदांच्या निवडणुका आणि त्यापूर्वी साखर कारखान्याच्या दोन गटांमधली मारामारी, बंद, उपोषणं, मोर्चे, बंदी, साखळी उपोषणं, शिवाय दरोडे, चोऱ्या, बलात्कार, आत्महत्या हे प्रकार नेहमीचे आणि लाठीमार, अश्रुधूर, कर्फ्यू, गस्त हे उपायही नेहमीचेच! हे चक्र अखंड फिरत असायचं. डी. एस. पी. रवींद्र आणि अख्खं युनिट या धावपळीत. कधी एक वर्तमानपत्र नीट वाचता येत नव्हतं की कधी निवांत झोप! पण रवींद्रला हे सारं मनापासून आवडत होतं. आयुष्य म्हणजे मिळमिळीत भेंडीची भाजी आणि ताकाची कढी असू नये, तर ते फसफसणाऱ्या सोड्यासारखं असावं. तसं असेल तरच एक झिंग चढते. नशा! जगण्याची नशा....असं रवींद्रचं मत होतं. खाकी वर्दी चढवलेल्या दिवसापासून....या नशेत तो जगत होता. आता तो एस.पी. झाला होता. अशीच मेहनत केली, तर तो काही वर्षांनी डी.आय.जी. होणार होता. इन्स्पेक्टर जनरल ऑफ पुलिस! या कल्पनेनं रवींद्रला मिशीतल्या मिशीत हसू आलं. दोन बोटात मिशांच्या कडा धरून,त्या उगीच टोकदार करत, रवींद्र विचार करत होता. मन समाधानानं भरून गेलं होतं. साहेब आज खुशीत आहेत हे गणूनं ओळखलं, तो हसला. किंचित आळसावून, गणू व्हरांडयाच्या एका कोपऱ्यात सरकला. कान मात्र साहेबांच्या टेबलावरच्या घंटीकडे होते. त्यानं खिशांतून तंबाखूची पुडी काढली, हाताला चुना लावून, त्यावर कुरकुरीत तंबाखू मळून, त्याची गोळी

दाढेखाली सरकवली आणि तो पोलिस ऑफिससमोरची वर्दळ बघू लागला. भलं मोठं आवार आता रिकामं झालं होतं. दोन शेळ्या तिथं पाला चघळत होत्या. पलीकडच्या रस्त्याची वर्दळ कमी झाली होती. कडेचे विजेचे दिवे पेटले होते.

तंबाखू, चुन्याचा रस पोटात जाऊ लागला, तसा गणू खुशीत आला हे खरं, पण एकूण त्याला या नोकरीचा वैताग आला होता. जरा कुठ खुट्टं झालं की, दिवसा काय न रात्री काय, माणसं पोलिस स्टेशनात धावत होती. मग तक्रार नोंदवून घ्या. जबाब घ्या, रिपोर्ट द्या-सगळं लचांड मागं लागायचं. जरा कानाडोळा करावा, तर पब्लिक पेपरात बातम्या देणार. पोलिस काय अन् डॉक्टर काय, पब्लिकला खासगी मालमत्ता वाटते. बटण दाबलं की, गाणाऱ्या रेडिओसारखा पोलिस ड्यूटीवर हवा असतो. या सर्व गोष्टींचा गणूला फार वैताग येई. पण त्याचा नाईलाज होता. ही खाकी वर्दी आणि त्याच्या आतलं पोट-तरी गणू आज मात्र खूष होता. याचं कारण, त्याच्या खिशात दोनशे रुपये होते. उद्या शेवंताला तो जिजामाता साडी घेऊन देणार होता. गोंड्याच्या पदराच्या हिरव्या जिजामाता साडीसाठीचा तिचा हट्ट उद्या पुरा झाला, तर शेवंता खूष होणार होती. ती खूष तर घरदार खूष हे गणूला माहिती होतं.

गणू विचार करत होता, आज साहेब काय करतील? ड्यूटी संपवून सरळ घरी जातील, की... फुलवंतीबाईकडे. त्याला अंदाज करता येईना. साहेबांच्या घरी नावाप्रमाणंच लक्ष्मी असणारी वैनीबाई होती. साहेबांच्या बढतीनं खरा आनंद तिलाच होणार होता. पण साहेबांचं पात्र होतं फुलवंतीबाई! तिला दोस्तीण म्हणायचं असं साहेबांनी गणूला सांगून ठेवलं होतं. साहेब म्हणायचे,"गणू, अरे मी एवढा दांडगा पुरुष! या सगळ्यांची गरज मला नाहीतर कुणाला? हाडं मोडेस्तोवर काम केल्यानंतर, हाडं सैल होण्यासाठी मग अशा, फुलवंती, नगमा, चौफुला लागतातच रे. हाडं सैल होतात आणि उत्साह वाढतो."

पण गणूला हे पटत नसे, कारण तो सुद्धा एक दांडगा गडी होता आणि शेवंताबरोबर आनंदानं संसार करत होता. हां! आता हाडं सैल होण्यासाठी कधी मधी तो ढोसायचा. पण कंट्री नव्हे, तर सीलबंद बाटलीमधली प्यायचा. शेवंताचाच तो हुकूम होता- तो पाळला की शेवंता खूष आणि मुलंबाळंसुद्धा!

म्हणून गणूला साहेबांचं नवल वाटायचं. वैनीबाईसारखी निर्मळ मनाची बाई गणूनं कुठंच पाहिली नव्हती. कधी घरी गेलं की प्रेमानं वागायची. पोटभर खाऊ घालायची. साहेब कुठं जातात हे माहिती असूनही ड्यूटीचं नाव सांगून खोटा निरोप वैनीबाईला देताना, गणूला चोरट्यासारखं व्हायचं. सर्व माहिती असणारी वैनीबाईच हसून म्हणायची, ... "असली कसली रे ही ड्यूटी? पण गणू आता तू मात्र घरीच जा हं का!"

साहेबांची बढती झाल्याचं ऐकून गणूला आठवण येत होती वैनीबाईचीच...

शोभाताईलापण कळवावं. किती प्रेमळ पोर! साहेबांवर लईच जीव. साहेब घरी गेले की, जाता जाता शोभाला बातमी देऊनच जावं असं गणून ठरवलं.

आंतमध्ये रवींद्र विचार करत होता.

आता सरळ घरी जाऊन लक्ष्मीला ही बातमी सांगावी की, फुलवंतीकडे जावं?

लक्ष्मीला हे सांगायला गेलो तर ती आंघोळ करायला लावेल, मग देवळात घेऊन जाईल. पूजा करायला लावेल. रात्री पुरणपोळीचं जेवण रांधेल आणि फुलवंतीकडे जावं तर ती कोल्हापूरी साजाचा हट्ट धरेल.

"आता हा शेवटचा फुलोरा, साहेब एकदा मौसम संपून गेला की, संपलं!"

एकसारखं असं बजावणाऱ्या फुलवंतीच्या लावणीसारख्या नखरेल आणि शृंगारानं ठासून भरलेल्या सहवासामधील सारी झिंगच अलीकडे उतरली होती. तरी पावलं आपसूकच वळत होती ती तिच्या घराकडे. फुलवंताच्या घरी रात्र काढून, रवींद्र घरी आला की,लक्ष्मी इतकंच म्हणायची,"आलात? जा, आंघोळ करून या आणि कपडे बाहेरच ठेवा. शांती आली की, धुवून टाकेल."

अशी कशी लक्ष्मी? ती झडझडून भांडत का नाही? रवींद्र नवल करायचा, लक्ष्मी ही अशी-चौकट घालून जगणारी... .आणि फुलवंती, चौफुला, नगमा... त्या तशा मौसम टिपणाऱ्या.

आज रवींद्रला कुठच जांवसं वाटेना. मित्र गोळा करावे तर आख्खी रात्र कोंबड्या आणि बाटलीत सरणार होती. तोंडावर सारे गोड बोलणार होते. पण खरा आनंद कुणालाच नव्हता. तसं रवींद्रचं आयुष्य सुखानं शिगोशिग भरलेलं होतं. साहस करून, अंगातली रग जिरली होती. नाव, पैसा, अधिकार मिळवून झाला होता. लक्ष्मी आणि कर्तेसवरते होण्याच्या वयाचे दोन मुलगे घरात होते. इतकं सारं उपभोगूनही पुन्हा काहीतरी कमी वाटत राहायचं. मग तमाशाचे फड शोधत राही. अनेक शृंगारिक लावण्या सोबत करीत. शिकार छावणीत तो जंगले, कपारी पिंजून काढी तरीसुद्धा जीवन पोकळ वाटे ह्या सर्वांची झिंग ओसरुन जाई.

आज, आनंदाच्या या प्रसंगीसुद्धा आनंदाची ती झिंग या क्षणी उतरुन गेली होती. ऑफिस सुटण्याची वेळ होऊन गेली होती. रात्रीचे दिवे सर्वत्र लखलखत होते. पण रवींद्र मात्र उगीचच बसून होता. आनंदाची नशा चढत नव्हती की, तो आनंद उधळून द्यावा अशी एक जागाही आठवत नव्हती. अस्वस्थपणे रवींद्र उठला, गणूला काही सूचना दिल्या, तो निघताना सर्वांनी खाडकन सॅल्यूट ठोकले. किती झालं तरी साहेब आता "बडे साहेब" होते.

गाडी गेटबाहेर आली तरी कुठं जायचं हे त्याला नक्की समजेना. संथपणे गाडी चालवताना, त्याच्या ध्यानी आलं की, आपण गावाबाहेर पोचलो आहोत. तो रस्ता युनिव्हर्सिटीच्या दिशेनं नेणारा होता. काळोखी रात्र-थंडगार हवा आणि कुठं जावं न

समजणारा, रवींद्र...पण गाडी अचूक युनिव्हर्सिटीच्या पाठीमागे असणाऱ्या टेकडीच्या पायथ्याशी उभी राहिली आणि नकळत रवींद्र ती टेकडी चढू लागला. जणू तो तिथं नेहमी येत असल्यासारखा!

खरं तर त्या जागी तो फार वर्षापूर्वी आला होता. त्या काळी तो तिथं नेहमी येत असे. जेव्हा खेड्यामधून तो नुकताच शहरात आला होता. अंगावर लाल मातीचा राप, पायांत कोल्हापुरी जाड वहाणा आणि जाड सदरा-विजार घालणारा रवींद्र याच युनिर्व्हसिटीमधल्या कॉलेजात शिकत होता. ते दिवस आठवत, आजचा डी.वाय.एस.पी.भर काळोखात सराईतपणे ती टेकडी चढत होता आणि अंधारातही त्या परिचित वडाच्या झाडाची आकृती त्याच्या दृष्टीला पडली. तसा तो थबकला. किती वर्षे मध्ये वाहून गेली होती! त्या वर्षाच्या पैलथडीवर ते झाड उभं होतं. ते वाढलं होत की वठलं होतं? की त्याच्या पारंब्या लोंबत होत्या? अंधारातून काही स्पष्ट होईना, पण ते तिथं आहे हे या क्षणी रविंद्रला दिलासा देणारं होतं. डोळे भरून तो ते झाड बघत होता. नकळत...कधी नव्हे ते...त्याचे डोळे भरून आले. त्या क्षणी तो रांगडा पोलिसमन नव्हता, तर कॉलेजात शिकणारा, नवीन जग भिरीभिरी बघणारा, कविता ऐकणारा, कथा वाचणारा, स्वत: काही लिहिणारा-भाबडा रवींद्र आज त्या वडासमोर उभा होता.

ज्योती! ज्योतीनचं हा परिसर त्याला प्रथम दाखवला होता. कॉलेजचे तास संपले की हट्टानं, ती रवींद्रला या जागी घेऊन येत होती. तिच्या कविता ऐकवत होती. कथा वाचत होती. त्या वेळी या टेकडीवरचा सारा परिसर कसा धूसर होऊन जाई. आभाळामधले ढग सोन्याचे होत. गवतांमधून वाहणाऱ्या हवेचा एक आवाज नकळत मनात भरून जाई. ज्योती त्याला म्हणायची, "रवीन्, तू पण लिही ना?"

"मी" आश्चर्यानं त्यानं विचारलं.

"हो तू का नाही लिहायचं? तुझं गाव, तुझी माणसं, त्यांचं जगणं, तुझी नदी, तिथली लव्हाळी, हे सारं जे तू मला सांगतोस ना? ते किती सुंदर असतं! ते सारं तू लिहित जा. साध्या शब्दात मांड बघ ते सर्वांना आवडेलच."

ज्योतीच्या आग्रहानं खरोखर रवींद्र लिहित गेला. कॉलेजातल्या नियतकालिकांत ते छापून येताच रवींद्रवर कौतुकाचा वर्षाव झाला. ज्योती आणि रवींद्र यांना साहित्याचं एक वलय मिळालं. बघता बघता ते दोघे ग्रॅज्युएट झाले. यानंतर पुढे काय? डिग्री गळ्यात अडकवून नोकरीचे अर्ज घेऊन, रांगेत उभं राहायचं? क्लार्कची नोकरी? नुसता लेखक.

तर असलं जगणं, त्याच्या मराठमोळ्या, रांगड्यावृत्तीला मानवणारं नव्हतं. लिहिणं, वाचणं, कारकुनी करणं हे त्याच्या आबांच्या मते भटाबामणाचं काम होतं.

शिवाय रवींद्रला साहसाची ओढ होती. म्हणून त्यानं पोलिस इन्स्पेक्टरच्या

कोर्सला नाव दाखल केलं. खाकी वर्दी अंगावर चढवून तो प्रथम भेटला ते ज्योतीलाच! तेव्हा क्षणभर तिच्या डोळ्यांवर तिचा विश्वासच बसेना. जेव्हा लक्षात आलं.

तेव्हा दु:खानं ती म्हणाली,''शेवटी तू मनासारखं केलसंच रवीन् खरं तर तुझा पिंड लेखकाचा आहे. पण तुला तो नेमका आज समजत नाही. हे धाडस अन् रासवट जगणं याचा जो मोह आज तुला पडला आहे तो खरा नाहीच. काही दिवसांनी ते थ्रिल संपेल, पण तोवर हा तुझ्यामधला साहित्याचा नाजूक भाग पार निब्बर होऊन गेलेला असेल. एक वेळ अशी येईल की, ज्या वेळी तुला सगळ्यांचा उबग येईल, तेव्हाच तुला समजेल की तू काय गमावलंस!''

भावविवशतेनं ज्योती अधिक बोलली असती, पण तिला थांबवून रवींद्रच म्हणाला, ''कसलं साहित्य आणि कसलं काय! या वयात सर्वजणच लिहित असतात. म्हणून सगळेच लेखक कुठं बनतात?''

''जाऊ दे रवीन् तुझा निर्णय तू घेतला आहेस, आता बोलण्यात काय अर्थ?''

त्यानंतर ज्योतीची भेट फार थोडी झाली.

ती ज्योती! आज एक प्रथितयश लेखिका बनली होती. तिचं जे जे काही छापून येई, ते सारं रवींद्र वाचत होता. तिच्या साऱ्या लेखनाला तत्वचिंतनाची बैठक होती. तशीच एक दु:खाची किनारही होती. ती अविवाहित होती.

''ज्योतीनं लग्न का केलं नाही? लेखिका बनलेली ज्योती सुखी होती?''

आज इतक्या वर्षानंतर रवींद्र प्रथमच असा विचार करत होता. त्याच्या मनांत आलं आपण डी. वाय. एस. पी. बनलो, आपण सुखी आहोत? जीवनाचं सारं थ्रिल पाहून झालं आहे. तरी सुद्धा ही सदा जाणवणारी पोकळी? ती कशाची? की खरंच आपला पिंडधर्म वेगळा होता आणि जगणं वेगळं? आपण लेखक बनलो असतो तर सुखी झालो असतो? अलिकडे मन कुठंच लागत नाही, कशात नावीन्य वाटत नाही. त्यापेक्षा गणू सुखी आहे. लक्ष्मी सुखी आहे. फुलवंती, नगमा काय हवंय आपल्याला?

वडाच्या झाडासमोरच्या कातळावर बसून रवींद्र विचार करत होता. ते झाड, गूढ सावली पांघरुन उभं होतं. त्याच्या अगदी वरच्या बाजूला आभाळात एक चांदणी चमकत होती.

शोभा!

शोभानंच अलीकडे त्याच्यामधला लेखक पुन्हा जागा केला होता आणि त्याच्यामधला हळवा माणूसही! शोभा खरं तर त्याच्या मुलांच्या वयाची; सून शोभावी अशी शोभा! योगायोगानं त्याच्या परिचयाची झाली. याच युनिव्हर्सिटी परिसरात पदवीदान समारंभासाठी राष्ट्रपती आले होते. सुरक्षा-व्यवस्था कडक होती.

या गर्दीत, पदवी घेण्यासाठी शोभा आली तीच उशिरा. आणि पोलिस व्यवस्थेत अचूक अडकली. इतके परिश्रम करून मिळणारी पदवी, राष्ट्रपतींच्या हातून मिळण्याची संधी केवळ थोडा उशीर झाला म्हणून हुकणार, या संकटानं रडकुंडीला आलेल्या शोभाला ऐनवेळी रवींद्रने मदत केली होती. सुखरुपपणे हॉलमध्ये प्रवेश दिला होता. ड्यूटी समजून! खास ओळख ठेवावी अशी ती नव्हतीच, पण तिच्या दृष्टीनं रवींद्र खूप मोठा होता. तिनंच ती ओळख नंतर वाढवली. मराठी विषय घेऊन एम. ए. झालेली शोभा-लक्ष्मी, फुलवंती, नगमा, चौफुला या सर्वांपेक्षा खूप वेगळी होती.

कुणालाही न घाबरता, शोभा सरळ त्याच्या ऑफिसमध्ये येई. हट्टानं त्याला संध्याकाळी ऑफिसबाहेर काढे. कधी नदीकिना-यावर, कधी मोकळ्या माळरानावर, कधी शेताच्या बांधावर, शोभाच्या हट्टाखातर तो जात होता. शोभा अखंड बोलत असे.त्या बोलण्यात सुंदर शब्द असत, विचार असत, काव्य असे, उत्कटता असे, तत्त्वज्ञान असे, ड्युटीवर किंवा फुलवंतासमोर तासन् तास बोलणारा रवींद्र शोभासमोर मूक होत असे. ज्योतीनं वाचून दाखवलेली कविता, शोभाच्या रुपानं पुन्हा समोर उभी ठाकली आणि त्याच्यामधला रांगडा, पोलिस दचकला!

एकदा त्या दोघांना रवींद्रच्या मोठ्या मुलानं पन्हाळ्याला एकत्र फिरताना बघितलं मात्र... त्या रात्री घरी भडका उडाला. मुलानं केलेले आरोप रवींद्रला सहन झाले नाहीत. तो भडकला. लक्ष्मी मध्ये पडली नसती तर मारामारीवर बेतलं असतं. लक्ष्मी इतकंच म्हणाली ''मुलं आता मोठी झालीत, माझं काहीच म्हणणं नाही.'' रवींद्रला समजेना की शोभाचं वेगळेपण कसं समजून द्यावं? शोभाच्या सहवासानं त्याला जो आनंद मिळत होता, तो कसा समजून द्यावा? त्याच्या खाकी वर्दीच्या आतमधला लेखक त्यांना कुणालाच माहीत नव्हता...पण त्या प्रसंगानंतर मात्र रवींद्रनं शोभाच्या गाठीभेटी बंद करून टाकल्या. तिचे निरोप, तिचे फोन, आमंत्रणं कटाक्षानं टाळली. त्याच्या दृष्टीनं शोभा एक अल्लड मुलगी होती. पण त्या मुलीनंच, कुठंतरी त्याला भानावर आणलं होतं. अलीकडे तर काही लिहावं, वाचावं असं त्याला वाटायचं, ते जग त्याच्या रासवट, आडदांड जीवनापेक्षा वेगळं होतं. मुख्य म्हणजे, ते सारं सुंदर जगसुद्धा, त्यांच्यातच वस्ती करून होतं. हे अलीकडेच त्याला जाणवत होतं.

रात्रीचे दोन वाजायला आले होते. खडकावर मान टेकवून त्या माळरानावर रवींद्र पहुडला होता. सारं आभाळ चांदण्यांनी लखलखत होतं. गार हवेचे झोत अंगावरुन जात होते. रवींद्रच्या डोळ्यांतून धारा वाहात होत्या. नशापाणी न करताच एक झिंग मनावर चढली होती. हा खाकी पोशाख असूनसुद्धा इतक्या वर्षांनी त्याचा तो त्याला कडकडून भेटला होता.

तो एक माणूस!

एक लेखक... हे सारं जवळ असताना, त्याचं जीवन कुठं कुठं वाहात गेलं होतं...

ज्योतीचं म्हणणं खरं होतं. सारी झिंग आज ओसरुन त्याचा खरा सूर त्याला गंवसत होता. आपण इतके रासवट वागलो तरी कसे? त्याला समजत नव्हतं. कालचा रवींद्र त्याचा त्यालाच समजत नव्हता.

गुन्हेगारांना लाथांनी तुडवणाऱ्या रवींद्रनं स्वत:वरच अन्याय केला होता. रात्रीचे दोन वाजून गेले. रवींद्र उठून बसला. आज त्याचं त्याला खूप हलकं वाटत होतं. या नंतर तो खूप चांगला जगणार होता. नवीन पुस्तकं विकत घेणार होता. वाचणार होता. पुस्तकांच्या सहवासात जगणार होता आणि हो! लक्ष्मीवर खूप प्रेम करणार होता. स्वत:वर अन्याय केला त्यापेक्षा त्यानं लक्ष्मीला खूप दुखवलं होतं. यानंतर तिला आनंद वाटेल असंच वागायचं असा निश्चय केल्यानंतरच त्याला बरं वाटलं. समाधानानं तो घरी जायला निघाला. जाताना वडाच्या पारंबीला त्यानं हळुवार स्पर्श केला.

... लक्ष्मी! आज ही वार्ता लक्ष्मीला सांगितल्यावर ती काय करेल? काय म्हणेल? आज आपण लक्ष्मीशी खूप खूप बोलायचं. तिला बोलतं करायचं. मनातले सारे बेत मुलांना आजच सांगायचे.

गाडी चालवताना आपल्या मनांत अनेक बेत तो करत होता. गाडी बंगल्यासमोर थांबली.चकित होऊन रवींद्र पाहत होता. घरातले सारे दिवे पेटलेले होते. पोर्चमध्ये माणसे गोळा झाली होती. डिपार्टमेंटचे सारे लोक त्याची वाट बघत होते. रवींद्र येताच सारे सामोरे आले. पानकरसाहेब डोक्याची टोपी काढून, त्याचा हात हाती घेऊन म्हणाले,''सॉरी, बाईसाहेब गेल्या.''

''लक्ष्मी?''

''होय मिस्टर रवींद्र, बाईंनी आत्महत्या केली. बेगॉनचा पुरा डबा त्यांनी रिकामा केला. एनी प्रॉब्लेम? त्यांनी काहीच लिहून ठेवलं नाही. पण तुम्ही कुठं होता?''

''मी?'' रवींद्र तारवटून बघत म्हणाला, तो जिथं होता, ती जागा कुणालाच न पटणारी होती. पुरावा? पुरावा कोण देणार? हॉलमध्ये लक्ष्मीच्या प्रेताजवळ तो बसला होता. लक्ष्मीनं आत्महत्या केली होती. आजवर तिनं तोल गमावला नव्हता. आणि ज्या दिवशी रवींद्रनं, तोल सांभाळायचं ठरवलं त्याचं दिवशी लक्ष्मीचा संयम संपला होता. घरदार, मुलं, माणसं संशयानं रवींद्रला बघत होती. मान खाली घालून आरोपी डी. वाय. एस. पी. रडत होता.

तिसऱ्या दिवशीचे क्रियाकर्म आटोपून, रवींद्र सुन्नपणे बसला होता. दोघे मुलगे, त्याच्यासमोर येऊन बसले. त्यांना बघून रवींद्रला हुंदका फुटला.

''बाबा, नाटक पुरे आता. फार झालं. तुम्ही, तुम्ही मारलंत आईला. बेगॉन

पिण्याआधी तुमचं ते नवीन पात्रं घरी आलं होतं. आईला पेढे देऊन तिनं काही सांगितलं. त्यानंतर आई एकसारखी रडत होती. नंतरच ती बेगॉन प्याली. त्या बयेकडून कोणता निरोप पाठवला होता? लग्न? लग्न करणार आहात तिच्याशी? करा ना? आता सारी अडचण दूर झाली.''

''कोण आलं होत घरी? शोभा? विश्वास ठेव बेटा, मी कित्येक महिन्यात तिला भेटलो नाही. ती तर एक लहान मुलगी! लग्नाचा विचारही मनात नव्हता. माझ्या प्रमोशनचं समजून, शोभा आली असेल ''.

हे बोलणारा रवींद्र आतून थरथरत होता.

''प्रमोशन? प्रमोशनचं आईला सांगण्यापूर्वीच तिला सांगितलंत, हाच आईला फार मोठा धक्का होता. तेच ती बोलत होती, रडत होती, हवं तर रखमाला विचारा.''

मोठा तिरस्कारनं म्हणाला,

''अरे, मी शोभाला काहीच सांगितलं नाही. लक्ष्मीला सांगणारच होतो.''

''केव्हा? सारी रात्र बाहेर रंग उधळून-नंतर धर्मपत्नीला ही बातमी देणार होता? ते असू दे, पण दोन प्रश्नांची उत्तरं द्या. तुमचं आणि त्या मुलीचं नातं काय? आणि रात्री दोन वाजेपर्यंत तुम्ही कुठं होता? तुम्ही उत्तर देऊ शकणार नाहीच. आता आमचा निर्णय ऐका. हे क्रियाकर्माचे दिवस संपले की, आम्ही दोघं इथं राहणार नाही. खुनी-खुनी आहात तुम्ही!'' तिरस्कारानं दोघे उठून गेले.

तेरा दिवस सरत आले. सांत्वनाला येणारी माणसं रवींद्रकडे संशयाने बघत. मुलांना सहानुभूती देत होती. सुन्न रवींद्र तारवटून बसला होता. पुरावा, शब्दं सारं फोल ठरलं होतं.

टेबलावर दोन बंद लिफाफे रवींद्रनं ठेवले. एकात नोकरीचा राजीनामा, दुसऱ्यात मुलांच्या नावे बक्षीसपत्र! हाती छोटी सुटकेस घेऊन भल्या पहाटे त्यानं घर सोडलं. कुठं जाणार हे त्याचं त्यालाही ठाऊक नव्हतं. पण या गावी मात्र तो परत येणार नव्हता.

रस्त्याकडेच्या दिव्यांच्या प्रकाशातून चालताना त्याची पडछाया त्याच्या पाठोपाठ जात होती.

◆

सोळावं वर्ष

बोलता बोलता रेखा उठली आणि, ''जाते गं'' म्हणत निघाली पण!

''अगं थांब, इतक्या उन्हाची कुठं जातेयस गं? आणि संध्याकाळी जाणार म्हणाली होतीस ना? बैस छानसं सरबत करते.'' तिला थांबवून नीता म्हणाली.

जेवणाच्या टेबलाजवळची खुर्ची ओढून रेखा बसली. सरबत करता करता, नीता मनातून रेखाचं नवल करत होती. अलिकडे रेखाचं वागणं जरा विचित्रच होत चाललं होतं. आता आनंदानं बोलणारी, रेखा मध्येच अशी न बोलता ढिम्म बसून रहायची.

आजचीच गोष्ट! ''दिवसभर येते'' असं काल फोनवर सांगून आज भल्या सकाळीच रेखा आली होती. हातात निशिगंधाच्या उंच काड्या घेऊन एखाद्या प्रसन्न सकाळसारखी! दोघी मैत्रीणींचा सारा दिवस गप्पा गोष्टीत आनंदात गेला होता आणि अचानक विसकटून गेलेली रेखा जायला निघाली.

ही अशी का वागतेय?

सरबताचे ग्लास भरताना नीता विचार करत होती. खरं तर त्या दोघींची मैत्री किती जुनी होती! शिक्षण एकत्र झालं होतं. नोकरी एकत्र झाली होती आणि स्वेच्छेनं पाच वर्ष आधीच त्या सेवानिवृत्तही झाल्या होत्या.

''किती वर्षे जागा अडवून बसायचं आणि तेच ते शिकवायचं?''

यावर दोघींचं एकमत झालं होतं. पन्नासाव्या वर्षीच दोघी सेवानिवृत्त झाल्याही होत्या.

''लग्न'' हा ग्रह दोघींच्याही कुंडलीत नव्हता. घरची, भावंडांची जबाबदारी पार पाडून झाली होती. लवकर सेवानिवृत्त झाल्या, म्हणून पेन्शन कमी झाली खरी पण येणारी पेन्शन काही कमी नव्हती. दोघींची स्वत:ची कष्टातून उभारलेली घरकुलं होती. वाचनाची, प्रवासाची आवड दोघीनाही होती. एकमेकींच्या सोबतीनं, त्या दोघी मजेत जगत होत्या. पण ....

अलिकडे मध्येच रेखा गप्प व्हायची. आता सुद्धा, ग्लासमधल्या सरबताकडे,

ती नुसती बघत बसली होती. तिला खुलवण्यासाठी नीताच, मग म्हणाली,

"रेखा, अग दिवस काय भराभर जाताहेत नं? उद्या परवा साठी साजरी करण्याची वेळ आली. तरीपण अजून कशा मस्त जगतो आहोत? सोळावं वरीस असल्यासारख्या?"

"सोळावं वर्ष! कसं असतं ते? ते न भेटता साठी मात्र भेटायला आली!मनात सोळाव्या वर्षाचं वादळ आणि वय मात्र ... साठावं!" कडवटपणे इतकं बोलत, रेखा निघून पण गेली. तिच्या जाण्याकडे नीता आश्चर्याने बघत राहिली. तिच्या बोलण्यानं गोंधळून गेली.

साठावं वर्ष! खरं तर निवृत्तीचं वय. पूर्वी तर माणसं, या वयात वानप्रस्थाश्रम स्वीकारायची, विरक्त व्हायची.

निवृत्त!

म्हणजे नोकरीतून निवृत्ती की...?

जीवनातून?...की?

जीवन! ते तरी पूर्ण कुठं पाहिलयं?

सोळावं वर्ष! ते तर कधी अनुभवलंच नाही.

त्यावेळी घट्ट एक वेणी घालून, घराचा राडा उपसत, नोकरी करत शिकत होतो. भावंडांना शिकवत होतो. त्यांचे संसार मार्गी लागले. सारे जण आपआपल्या मार्गाने निघून गेले. तोवर पन्नाशी आली.

पण आपण तृप्त आहोत. खूषही आहोत. याच घरात आशीर्वाद देत, आई समाधानाने गेली. अजूनही चांगलं जगण्याची आवड आहे. जिद्द आहे. माणसाला सगळंच कुठं मिळतं? नसेल भेटलं सोळावं वर्ष! त्याचं आता काय दु:ख? नव्हतं नशिबात. या रेखाचं विचित्रच होत चाललंय सारं. ताळ्यावर आणलं पाहिजे बाईसाहेबांना!

स्वयंपाकघर आवरताना, नीता मनातून विचार करीत होती.

समाधानानं आपल्या नीटस घरावर नजर टाकून, पुढच्या दरवाजाला कुलूप लावून, नीता बाहेर पडली. खांद्याला भली मोठी पर्स लटकावून, रोज संध्याकाळी ती अशी बाजारातून एक फेरफटका मारुन येई. रस्त्यावरची गर्दी, कडेनं गच्च भरलेली दुकाने, येणारी जाणारी नवीन, अनोळखी माणसे हे सारं तिला खूप आवडत होतं. त्या रस्त्यावरुन एक चक्कर टाकून घरी परतताना कसं प्रसन्न वाटायचं. बघता बघता, ते शहर किती गजबजून गेलं होतं! मोठमोठ्या बिल्डिंग, वर पासून, तळमजल्यापर्यंत वेगवेगळी दुकानं, पाहत नीता चालली होती. एका मोठया बिल्डिंगच्या तळमजल्यावर, कपड्याचं छोटसं शो-रुम होतं. दुकानाच्या बाहेर, आतल्या भिंतीवर, तयार कपडे लावलेले हँगर्स खचाखच लटकत होते. फुटपाथवरुन

त्या आकर्षक तयार कपड्यांच्या दुकानाकडे नीता रोज एक दृष्टिक्षेप टाकायची. आज मात्र तिच्याही नकळत भराभरा पाय-या उतरुन, ती त्या शो-रुम समोर उभी राहिली. रंगीबेरंगी, सलवार-कमीज, स्कर्ट-ब्लाऊज, टी शर्टस्, जीनस्, हाऊसकोट, गाऊन किती तरी वेगवेगळ्या रंगांचे, वेगवेगळे प्रकार समोर झुलत होते. बाहेरच्या जगात इतके छान छान रंग आहेत. आपल्या केसांवर रुपेरीरंग उतरेपर्यंत आपण त्या रंगापर्यंत कधी पोचलोच कशा नाही? नवलाने नीता, ते सारं, वेगळं जग पहात होती. कॉलेजमध्ये मुलं, मुली, अशा रंगात वावरत, पण प्राध्यापक असणाऱ्या नीताला वेळच कुठे होता ते रंग पहायला? तिने हलकेच, हँगरवर झुलणाऱ्या एक सलवारीला हात लावला. किती तलम होता, तो स्पर्श! संकोचून, तिनं आपल्या अंगावरच्या सुती वॉईलचा पदर ठाकठीक केला.

"यस, मॅडम"

"काही नाही, सहज बघतेय"

"बघा ना मॅडम. तुमच्यासारख्यांनी यावं आणि पहावं म्हणून तर मांडलंय ना दुकान?"

तिनं मागं वळून बघितलं. लालबुंद गोरा चेहरा, दणकट उंचीपुरी शरीरयष्टी, एका कानात सोन्याची रिंग, हातावर काळ्या डायलचं मोठं घड्याळ, शर्टच्या बाहेर डोकावणारी रुद्राक्ष माळ.

टेबलावरच्या कपडयांच्या सफाईने घडी घालता घालता, तो तिच्याकडे बघून हसला हा चिनी? की नेपाळी?

नीता आपल्या भूगोलाच्या ज्ञानाला ताण देत आठवत होती. "मिले सूर मेरा तुम्हारा" मधले सारे चेहरे नजरेसमोरुन गेले. पण खरं तर त्यापेक्षा हा खरोखरच सुंदर होता. असेना का? त्यानं आणखी काही बोलून संभाषण वाढवण्यापूर्वी, आपण इथून सटकावं कसं? असा विचार मनात आला, तोवर तिचं लक्ष राणी कलरच्या एका गाऊनकडे गेलं. राणी कलरवर, जांभळी नाजुक पांढरी फूलं, गळयाकडे बारीक लेस... खरं तर हा रंग नीताला खूप आवडायचा, पण लाल भडक रंग, फुलाफुलाचं प्रिंट? शोभेल? की पोरकट वाटेल?

संकोचून तिनं तो रंग नेहमी दूर ठेवला होता. नीताचं लक्ष त्या गाऊनकडे पुन्हा पुन्हा जाते आहे. हे ध्यानात येताच त्याने काठीने सराईतपणे तो हँगर खाली घेतला आणि टेबलावर पसरत म्हणाला. "हा रंग मलाही आवडतो. माणसाला लाल रंगाचं आकर्षण असतं आणि काळ्या रंगाची भीती वाटते म्हणून मग तो ते दोन रंग मिसळतो. वर आणखी फुलं जोडतो. कडेनं लेसही! माणूसच तो! हवं ते जोडतो, हवं ते मोडतो पण इतक्या कोलांट्या मारुनही मनासारखं कुठं मिळतं? कारण देणारा किंवा न देणारा... कुणी दुसराच असतो. सगळे दोर त्याच्या हाती. खरं ना मॅडम?"

सराईतपणे आणखीन हँगर्स, काठीने खाली उतरवत त्याने अनेक रंगाचे गाऊन्स टेबलावर पसरले. नीता आश्चर्याने त्याला बघत होती. हा नेपाळी? की मणीपुरी? असेना कुणीही ! पण हा अवघ्या चाळीशीमधला, अशिक्षित वाटणारा, रस्त्यांच्या कडेला दुकान थाटलेला जाता जाता सहजपणे जीवनावर भाष्य करत होता!

"खरं तर काही विकत घ्यावं, म्हणून मी आलेच नव्हते. सहज आले. उगीचच त्रास घेतलात."

"त्रास? हे सारं दाखवण्याचा? आमचा धंदाच आहे. काही गिऱ्हाईकं तर अशी खट भेटतात सांगू! सारं दुकान टेबलावर मांडावं लागतं, पण त्यांना काही पसंत पडत नाही. उलट कांगावा करत जातात. राग येतो. पण गिळावा लागतो. पण खरं सांगू मॅडम? तुम्ही मात्र एकदा तरी यावं असं मला खूप वाटायचं, तुम्ही सहज नाही आलात, तर या दुकानात, आज तुमचं येणं आणि आपली ओळख होणं हे आधीच ठरलेलं होतं."

आकाशाकडे बोट दाखवत तो म्हणाला. "तुम्ही म्हणाल, गोड बोलून, माल गळ्यात घालायचा असेल. धंदेवाईकपणे आम्हाला, बोलावं लागतं हे खरं. पण मनापासून काही बोलावं अशी माणसं, क्वचित भेटतात. तुमच्यासारखी."

"तुम्ही. मला ओळखता?"

नीता आश्चर्याने म्हणाली. छातीची धडधड तिची तिला जाणवली. "रोज संध्याकाळी जाता ना दुकानासमोरुन? रोज पहायचो" आपल्या येण्याजाण्याची नोंद कुणी तरी घेतंय या कल्पनेनंच नीता मनोमन शहारली. तो बोलत होता.

"आश्चर्य वाटलं ना? पण काही माणसांचे आणि आपले लागेबांधे पूर्वजन्मीचे असतात. आपण, विसरलेले असतो. पण काही माणसं, पहिल्या भेटीतच ओळखीची वाटतात. काही जागा, प्रथम पहाताना, पूर्वी कधी पाहिल्याचं आठवतं. तुम्हाला पाहून असंच काही वाटायचं खरं सांगतो मॅडम."

गळ्यामधल्या रुद्राक्षावर हात ठेवून तो म्हणाला तसं आपल्याला आता रडू फुटेल अशी भीती तिला वाटली.

"येत जा मॅडम. रोज या, मला खूप आवडेल."

त्यानंतर रोज एका ओढीनं, ती त्याच्या शो-रुममध्ये जातच राहिली. त्याचं बोलणं मनापासून ऐकत राहिली. घरी येऊन रात्र रात्रभर त्याचं बोलणं आठवत राहिली. त्याचं दुकान, तिथे येणारी माणसे, तिथे झुलणारे वेगवेगळे रंग सारं तिच्या भोवती रुंजी घालायला लागले.

आसाममधल्या खेड्यात असणारं त्याचं घरं, देवपूजा करणारी त्याची आई. अभिताभ बच्चनपेक्षा हॅन्डसम असा त्याचा भाऊ, आणि मनिषा कोईरालापेक्षा सुंदर

अशी त्याची बहिण त्या सर्वांपेक्षा...

आज त्याला सर्वांत जवळची वाटणारी ती स्वत:! तिच्याबरोबर बोलतांना तो भावनावश व्हायचा.

"किती वर्षे झाली मॅडम घर सोडून. घर कसं असतं, तेच विसरलोय आणि घरची माणसे पण विसरली असणार मला. एक आईच असेल वाट बघणारी. अगदी लहान वयात घर सोडलं. संन्याशाच्या तांड्यासोबत फिरलो. त्यांच्या चिलिमी भरून दिल्या. रोट्या शेकून दिल्या. पण त्या फिरण्यात काही अर्थच नव्हता. कुणालाही परमेश्वराची ओढ नव्हती. सारे गांजेखोर! मग कन्याकुमारी, सत्यसाईबाबा ते शिरडीचे साईबाबा सारं फिरुन झालं. ओशो वाचून झाला. फॅन्टास्टिक आहे. तुम्ही वाचलाय? वाचा मॅडम! पण तरी मॅडम, माझं मन शांत नाही. काय हवंय मला ते समजत नाही. कसली ओढ असेल ही? कुणाला सांगता येतच नाही. फक्त तुम्हाला सांगतो."

घरी आल्यानंतर नीताला त्याचे सारे शब्द आठवत. रात्री झोपेतही ती दचकून जागी होई. विचार करत राही.

हे काय झालंय आपल्याला? आजवर थोडी का माणसे भेटली? पण असं भारावून जाणं कधी झालं नाही. याचीच ओढ नेमकी कशी लागली? आपल्यापेक्षा वयाने लहान आहे. असेना! पण अनुभवाने तोच मोठा आहे. आपण तर घाण्याच्या बैलासारखा फक्त चालत राहिलो. फक्त चालणं...

पूर्वजन्म! खरंच, असं काही असेल?

त्याचं वेगळेपण भावलयं? की त्याचं सौंदर्य? की रिकाम्या मनाचा चाळा?

आता हे सारं थांबवायचं कसं? याचा नेमका शेवट?

रात्र रात्रभर ती विचार करायची. दिवसभर अस्वस्थपणे कामे उरकत रहायची. संध्याकाळी एका ओढीने त्याच्या शो-रुममध्ये पावले वळायची.

"कंटाळलोय मॅडम या धंद्याला. आता थोडे पैसे साठले, की जाईन निघून. आई वाट पहात असेल." हे बोलताना त्याचे डोळे भरून आले होते. पण ते ऐकून नीता दचकली होती.

खरंच हा निघून गेला तर?

या विचाराने ती अस्वस्थ झाली. कर्ती सवरती झाल्यावर भावंडांनी सहज निरोप घेतला होता. वर्ष संपलं, की तिचे विद्यार्थी हसत खेळत निरोप घेत; नोकरीनंतर तिलाही पोकळी वगैरे जाणवली नव्हती. तिच्या जीवनात ती पूर्णपणे रुळली होती. उमेदीने घर मांडलं होतं. रसिकतेने जगत होती. मग मध्येचं हे सर्व काय घडत चाललं होतं?

"एकट्या रहाता मॅडम? अवघड वाटत असेल ना? पण अशा वेळी देवच

सांभाळतो आपल्याला, आणि मी आहे ना? रोज येत चला मॅडम. तुम्ही आला की खूप बरं वाटतं.''

वाऱ्याने तिच्या केसांच्या बटा, कपाळावर भुरभुरताना पाहून, तो म्हणाला ''वा! किती छान दिसता मॅडम!''

अंगावरुन मोरपीस फिरल्याचा अनुभव घेतांनाच स्वत:च्या हृदयाची धडधड वाढल्याचे नीताला जाणवले.

हा आवेग झेपेल आपल्याला? आजवर कुणालाच कशा सुंदर दिसलो नाही आपण? यालाच का असं वाटातं? विचारायचंच त्याला. विचारावं? की हे सारं असंच चालू असू द्यावं.

आज नीताने त्याला प्रथमच घरी बोलावलं होतं. आज दुपारी तो जेवायला येणार होता. काल संध्याकाळपासूनच नीताने सारं घर सजवायला सुरुवात केली होती. नवे पडदे, स्वच्छ कुशन कव्हर्स, फुलांनी सजलेल्या फुलदाण्या... सारं काही हौसेनं करताना तिची पावलं जमिनीवर ठरत नव्हती. मधून मधून ती दचकत होती. हे सुंदर घर, हा एकांत आणि मनावर गारुड घालणारा तो. हे सारं काय करतोय आपण? पण नाही. आज त्याच्याशी बोलाचचंच. खूप विचारायचं आहे नेहमी तोच बोलत असतो.

''मॅडम. तुमचं हे न बोलता फक्त ऐकत असणं, मला खूप आवडतं. पण तुम्ही बोला मॅडम. काही माणसं कशी असतात सांगू? काड्याच्या पेटीमधल्या काडीसारखी! एक एक प्रसंग आठवत जळत कुढत जगणारी बरं! जळक्या काड्या टाकून देणार नाहीत तर पुन्हा त्या काड्या रिकाम्या काडेपटीत भरत बसतात. माझं तसं नाही. माझं कसं? तर आख्खी मॅच बॉक्स एकदम जळावी असं जे मनात येत, ते बोलून टाकतो. मन साफ! तसं झालं तरच ना नवीन विचार मनात येणार? म्हणून भरभरुन बोलावं माणसानं!''

खरंच! आजवर तिच्याशी असं भरभरुन कुणी बोललंच नव्हतं. कुणी मन मोकळं केलं नव्हतं. कुणी तिची वाट पाहिली नव्हती. कुणासाठी तिनेही काळजीपूर्वक प्रसाधन केलं नव्हतं. केसांवर गजरा माळला नव्हता. अशा तलम साड्या अंगावर चढल्या नव्हत्या.

मैत्री! फक्त मैत्री?

पूर्वजन्मीचं नातं वगैरे ठीक पण ते या जन्मी निभवायचं कसं? ते नातं, हा भावनांचा गुंता सोडवायचा कसा?

रेखा!

रेखाशी मैत्री होतीच आजवर. पण गेले दोन महिने रेखाचा पत्ताच नाही. आपण चौकशीही केली नाही. उलट तिच्या न येण्यानं, बरंच वाटतंय. पण हा मात्र सोडून

जाईल या कल्पनेनेच अस्वस्थ होतंय.

रेखाची आपण चौकशीही केली नाही याने तिला ओशाळवाणे वाटले. उद्याच रेखाच्या घरी जायचं तिनं ठरवले.

त्याच्या येण्याची वेळ जवळ येत चालली, तसा तिच्या मनाचा अस्वस्थपणा वाढत चालला. आजचा दिवस तिच्या जीवनामधला सर्वात वेगळा दिवस होता. मिळवती, प्रौढ, कुमारी म्हणून आईने स्वार्थीपणाने तिच्या लग्नाचा विषयच कधी येऊ दिला नाही. चालून आलेली स्थळं परस्पर परतवली होती. लग्नाच्या वयात प्रत्येक मुलीच्या मनात असणारी हुरहुर गेली होती आणि अचानक ही नवतीची थरथर जागून उठली होती. मनाच्या तळात दाबून ठेवलेले सारे आवेग या क्षणी तिला सैरभैर करून टाकत होते. पन्नासाव्या वर्षी ही सोळाव्या वर्षाची थरथर, तिला सोसवेनाशी झाली होती.

कोचावर बसून त्याची वाट बघणारी नीता एकाएकी हमसाहमशी रडायला लागली. बराच वेळ तसा गेल्यानंतर, ती आपली आपणच शांत झाली. पदराने तोंड पुसून घेतलं. आरशात पाहून साडी व्यवस्थित केली. केसांमधला जुईचा गजरा पीन लावून व्यवस्थित माळला.

काळपट लाल रंगावर जांभळी फुलं आणि कडेनं बारीक लेस लावलेली तलम झुळझुळीत साडी, तिला खरंच खुलून दिसत होती. आरशामधल्या स्वत:च्या छबीवर ती स्वत: खूष झाली. तिने रेडिओचे बटण फिरवले.

''तेरे बिना जिंदगी थी पहेले

जिंदगी...

जिंदगी नही...''

आयुष्यामधले निसटून गेलेले हळवे क्षण अचानक समोर आले तर मनात जे वादळ उमटतं, ते वादळ, अभिनयातून चेहऱ्यावर दाखवणारी सुचित्रा आणि त्या वादळव्यथा सुरांमधून सांडत गाणारी लता. ''आँधी'' चित्रपट तिला स्वत:ला खूप आवडला होता. ती स्वत:पण त्याक्षणी त्याच अवस्थेत उभी होती. जीवनयात्रेतून हरवून गेलेलं सोळावं वर्ष आज, अवचित समोर उभं ठाकलं होत. त्याचं स्वागत करावं की?

पाठमोर व्हायचं?

मित्रांचा सहवास, पुरुषाचं प्रेम, आवडत्या व्यक्तिचा सहवास झिंग आणणारे बेचैन क्षण, सारं हरवून गेलं होतं आणि... तप्त वाटेवरुन फक्त चालणं झालं होतं. ग्रीष्मात फुलणाऱ्या गुलमोहरासारखं आणि अकल्पितपणे, एका वळणावर हे फुलांचं गाव भेटलं. ते गावं हवसं वाटत होतं. फक्त वळण तेवढं पार करायचं! पण...

तिथंच नेमकी नीता अवघडून उभी होती. हा एकांत, त्यात चंचल झालेलं हे मन आणि अख्खी मॅच बॉक्स एकदम पेटावी असे वागणारा मनस्वी तो.

आज काय घडेल? जे घडेल ते हवं? की नको?

त्यानंतर...?

तसं नकोच, आपण त्याच्याशी मैत्री ठेवायची. निखळ मैत्री! स्त्री पुरुष या नात्याच्या पलिकडे उभ्या असणाऱ्या दोन माणसांची मैत्री!

या गावात तो एकटा आहे. मीही एकटीच. त्या दोन एकट्यांची मैत्री! ते काही नाही. आज त्याला स्पष्ट सांगायचं.

तिच्या प्रौढ वयानं, अवखळ सोळाव्याला एक चपराक देऊन बजावलं. दरवाजाची बेल वाजली, दरवाजात तो उभा होता. सैलसर लखनवी झब्बा, पायजमा घालून भलताच रुबाबदार दिसत होता. तिने दरवाजा उघडला तरी बेलवर हात तसाच ठेवलेला. बेलचा आवाज चिमण्यांच्या किलकिलाटासारखा किलकिलत घरभर घुमत होता.

"वा मॅडम बेलचा आवाज काय गोड आहे." तिच्या हाती निशिगंधाचा गुच्छ देत तो कौतुकाने घर पहात होता. नीताच्या काळजात धडधडत होतं. गडबडीने स्वयंपाकघराकडे वळत ती म्हणाली.

"बसा ना! पाणी आणते"

"पाणी? नको मॅडम, आज मी खूप खुशीत आहे. खूप खूप आनंदात"

आपल्या दोन्ही हातांनी तिच्या दोन्ही दंडांना धरून, तिला गोल गोल फिरवत तो म्हणाला,

"मी आज खूप आनंदात आहे मॅडम, खूप बोलायचं आहे. मनामधलं सगळं सांगायचं आहे. दुकानात ते सगळं थोडचं सांगता येतं? आज भरपूर वेळ घेणार आहे तुमचा चालेला ना?"

त्याच्या हातांमधून अंग चोरत बाजूला होत ती म्हणाली,

"बसा ना!"

थंड पाण्याचा ग्लास, त्याच्या हाती देताना, नीताला जाणवलं की तिचे हात थरथरत आहेत ते त्याच्या गावीही नव्हतं. रुंद सोफ्यावर ऐसपैस तो बसला होता. ग्लासमधलं पाणी एका दमात पिऊन, ग्लास टीपॉयवर ठेवत तो म्हणाला,

"बसा मॅडम, तिथं नाही. अशा इथं बसा"

स्वत:शेजारी तिला हट्टाने बसवत तो म्हणाला. आणि सोफ्याच्या कडेवर मान टेकवून, त्याने डोळे मिटून घेतले. त्याच्या शेजारी बसून नीता त्याला बघत होती. केवढा देखणा होता तो! गोरापान, लाल रंग, रुंद चेहरा, कानामधली सोन्याची रिंग! पण आज हा असा का बसलाय?

अख्खी मॅच बॉक्स पेटावी, असा भरभरून बोलणारा हा आज असा गप्प?

जे दुकानांत सांगता आलं नाही असं... असं काय असेल?

या विचारात ती असताना तो सरळ बसला आणि तिच्याकडे बघत म्हणाला,

''मॅडम कसला एवढा आनंद. असं विचारणार नाहीच तुम्ही. तुम्ही फक्त ऐकणार. हाच तुमचा स्वभाव मला आवडतो. ते जाऊ दे. आता मीच सांगतो, मॅडम, दुपारचीच गोष्ट. एक गाववाला मला शोधत आला. आसामहून थेट. इथं माझ्या आईचं पत्र घेऊन. पत्र कसलं? पकडवॉरंटच म्हणा ना! आईनं ताबडतोब बोलावलंय.दहा हजारांचा ड्रॉफ्ट पाठवलाय आणि बरोबर दहा दिवसांनी लग्नाचा मुहूर्त काढलाय.''

''लग्न? कुणाचं?''

''कुणाचं म्हणजे? माझंच की! आजपासून दहा दिवसांनी माझं पल्लीबरोबर लग्न लावणार आहे आई, आता पल्ली कोण हे तुम्ही विचारणार नाहीच. खूप दिवस मला तुम्हाला पल्लीबद्दल सांगायचं होतं. पण दुकानात कसं सांगणार. आज सांगणार होतो, तोच हे आईचं पत्र! तर पल्ली आमच्या गावचीच मुलगी. प्रेम होतं आमचं. पण तेव्हा शिकत होतो आम्ही. चोरुन भेटायचो. सिनेमे पहायचो, पण मी अचानक घर सोडलं. भाबीनं अपमान केला होता म्हणून तेव्हा मी जाताना, आई खूप रडली. पल्लीपण! मला म्हणाली होती, तुझी वाट बघेन. मला वाटलं होतं, विसरली असेल. सोळाव्या वर्षी सगळेच असं बोलतात. पण नाही. पल्ली वाट बघत राहिली. घरवाले इतर कुठे लग्न लावून देतील म्हणून घर सोडून सरळ माझ्या आईकडे येऊन राहिली. आईनं पण तिला ठेवून घेतलं. पण असं किती दिवस ठेवून घेणार? मग माझा पत्ता शोधून, माणूस पाठवला.''

''मी म्हणालो होतो ना मॅडम की फक्त आई वाट पहात असणार म्हणून? पण नाही हं, पल्लीपण वाट पहात होतीच पल्ली! खूप गोड मुलगी, स्वभाव अगदी तुमच्यासारखा शांत, न बोलता फक्त ऐकणारी.''

हळवा. भावनावश होऊन तो बोलत होता. बोलता बोलता त्यानं, भानावर येऊन नीताकडे बघितलं. तिच्या डोळ्यातून घळाघळा अश्रू टपटपत होते. तिचं अंग हुंदक्यांनी गदगद हालत होतं. तिच्याजवळ सरकत, तिचे डोळे पुसत, तो तिला आश्चर्याने बघत राहिला. तिच्या रडण्याचा अर्थ त्याच्या ध्यानात आला आणि तो म्हणाला ''रडताय मॅडम? मी जाणार म्हणून? मलाही वाईट वाटतंय इथून जाताना. किती छान सोबत दिलीत तुम्ही! तुमची वाट पहाण्यात दिवस कसा भराभर संपायचा.''

''तुम्ही दुकानात आल्यानंतर, दुकान कसं भरल्यासारखं वाटायचं. या गावात एकटं वाटलं नाही. तुम्ही खूप आवडता मला मॅडम. असं वाटायचं गेल्या

जन्मीचीच ही ओळख आहे. माझ्या मागच्या जन्मामधली पल्ली कदाचित तुम्हीच असाल. त्याखेरीज का अशी जवळीक वाटते? आणि तुम्ही दिसताही पल्लीसारख्या. अशाच केसांच्या बटा तिच्या कपाळवर यायच्या. या साऱ्याला नेमकं काय नाव द्यायचं मॅडम? प्रेम! हो प्रेमच. किती वेगळं आहे सारं. खरं ना?'' तिला डोळे भरुन बघत तो म्हणाला,

''अरे! पल्लीचा फोटो पाठवलाय आईनं, हा पहा''

तारुण्याने मुसमुसणारी ती देखणी आसामी युवती. पल्ली या जन्मीची पल्ली.

गेल्या जन्मीची त्याची पल्ली पहात होती. भरल्या डोळ्यांनी ती नीट दिसेना म्हणून, नीताने डोळे पुसले. स्नेहभराने तिचा हात हाती घेऊन, तो म्हणाला,

''मला वाटलंच होतं. की माझं चांगलं झालं, हे ऐकून तुम्हाला खूप आनंद होणार खर, हे पूर्वजन्मीचंच नातं आहे. माझा आनंद समजून घेणाऱ्या, अख्ख्या जगात फक्त तुम्हीच आहात. कालपासून वाटत होते की येऊन भेटावं. पण वेळच नव्हता. काल सारं दुकान, जसंच्या तसं मित्राला विकून टाकलं. सारे पैसे जमा केले. आता जाताना रिकाम्या हातानं कसं जायचं? पल्लीसाठी सोन्याची चुडी, कानातली बुटी, पायातल्या साखळ्या,साड्या खूप काही न्यायला हवं. ही खरेदी करायला फक्त उद्याचा दिवस माझ्या हाती आहे. आणि हे सारं मला कसं जमणार? म्हणून मॅडम, तुम्ही चला माझ्यासोबत. याल ना? तुम्ही निवडाल त्या वस्तू पल्लीला नक्कीच आवडतील. तुमची आणि तिची आवड एकच असणार. खरं ना?''

हळूहळू नीता भानावर येत होती. साऱ्या घटनांचे संदर्भ नीट उकलत होते. तिच्या प्रौढ मनाने तिच्या मनातल्या सोळाव्या वर्षाला समजूतदारपणे सांभाळून घेतलं होतं. ती समोर बसलेल्या त्याच्याकडे डोळे भरून बघत होती. डोळे पुन्हा पुन्हा भरून येत होते.

तो! ज्याने तिला एक सुखद सोबत दिली होती. एक सुंदर अनुभव. एक सुंदर मैत्रीचा धागा! तो ज्या गावी चालला होता, त्या गावी ती कधीच जाणार नव्हती. पण एका एकाकी वळणावर ते फुलांनी डवरलेलं गाव तिनं पाहिलं होतं. त्याचा सुगंध भरभरून घेतला होता.

यानंतरच्या उरलेल्या वाटेवर तो तिला पुरणार होता. त्याच्यामुळेच एक सुंदर अनुभव तिने घेतला होता. कुणीतरी तिच्यावरही प्रेम केलं होतं. हो! प्रेमच. जे तो यानंतर पल्लीवर करणार होता. शेवटी प्रत्येक माणूस जगतो म्हणजे काय करतो? तर त्याच्यासोबत, त्याला व्यापून असणारी पोकळी या ना त्या उपायाने, भरुन काढायचा प्रयत्न करत असतो. कधी पैसा, कधी वैभव, कधी कीर्ती, मानसन्मान, मित्र, प्रवास. त्या पोकळीत हे सारं भरूनही ती पोकळी उरतेच कारण ती कधी भरणारी पोकळी नसतेच. माणूस येतो एकटाच. साऱ्या गर्दीतही तो एकटाच असतो

आणि जातोही एकटाच. शेवटी जीवन म्हणजे एक शून्य पोकळीच.

"जाता जाता हा भेटला, हा सुखद योगायोग आणि हा जातो आहे हे पण ठीकच. हा अनुभव असाच जपायचा आहे."

दुसऱ्या दिवशी मोठ्या उत्साहाने, त्याच्यासोबत खरेदी केली. स्वत:च्या लग्नाची करावी अशा उत्साहाने ती त्याच्या लग्नाची तयारी करत होती. पत्नीसाठी तिने बारीक मोत्यांचा सेट घेतला. अंजिरी रंगाची साडी व त्याच्यासाठी भेटवस्तू खरेदी केल्या. तो कौतुकाने तिला पहात होता. तिच्या पसंतीला मनपसंत दाद देत होता. सारा दिवस पिसासारखा तरंगत संपला. असा आनंद कधी अनुभवलाच नव्हता.

"मॅडम, उद्या स्टेशनवर याल ना? नऊ त्रेपन्नला गाडी सुटेल." निरोप घेताना भारावून तो म्हणाला.

"खूप केलंत मॅडम, तुमचं मन खूप मोठं आहे. पत्नीला मी सारं सारं सांगेन" तिचा हात, आपल्या हातात घट्ट धरुन तो म्हणाला. त्याचे डोळे भरून आले होते.

सारं? सारं याला कुठे समजलंय?

रात्री कुशीवर वळताना तिने पापण्यांच्या कडांवरचे अश्रू मनमुक्त वाहू दिले.

एका हातात टिफीन, दुसऱ्या हातात, निशिगंधाचा गुच्छ घेऊन ती निघणार तोच रेखा घरात आली. रेखा! रेखाला ती विसरुनच गेली होती. रेखा म्हणाली,

"माझी काळजी करत होतीस ना? अगं, माझं मन अशांत झालं होतं ना? म्हणून चक्क शिर्डीला गेले, नंतर गोंदवल्याला जाऊन राहिले. एक महिना नामस्मरण केलं. खूप शांती मिळाली. तुलाही शिकवेन. अगं, पण चाललीस कुठे? आणि काय हा अवतार?"

छानदार तयार झालेल्या, पूर्वीपेक्षा रसरशीत दिसणाऱ्या नीताकडे बघत रेखाने विचारले.

"तू बैस थोडा वेळ. आल्यावर सांगेन".

घाईघाईने गेटकडे जात नीता म्हणाली. पण खरं तर रेखाला ती काहीच सांगणार नव्हती. तिला भेटलेलं सोळावं वर्ष तिचं होतं. फक्त तिचं त्या वर्षाला आज ती निरोप द्यायला चालली होती आनंदाने. कारण निरोप दिला, तरी ते सोळावं वर्ष तिच्या मनातच रहाणार होतं. आणि या जन्मी निरोप दिला, तरी पुढच्या जन्मी ते पुन्हा भेटणारच होतं. तिने टॅक्सीला हात केला. नऊ त्रेपन्न व्हायला अगदी थोडा वेळ उरला होता.

◆

वीस बाय दोन

"**ब**घ, समष्टी, मी जे सांगतोय ते नीट ऐकून घे, या जगामधलं प्रत्येक गाव, घर, घरामधली माणसं, हे आभाळ, झाडं, पाखरं, हे सारं प्रभूनं निर्माण केलेलं आहे. या संपूर्ण चराचराला प्रभूचा स्पर्श लाभलेला आहे. हे एकदा समजून घेतलंस, की तुझ्या मनाचा गोंधळ संपून जाईल, मग तुझा नंजूडा आणि सतपालसाब एकच आहेत असं समजून येईल. त्यावेळी दु:खच संपेल."

चर्चमधल्या पहिल्या बाकावर बसून समष्टी खालमानेने फादरचे बोलणे ऐकत होती. तिच्या डोळ्यांतून मोठाले अश्रू टपटपत होते. तिच्या बाकासमोर असणारे फादर मायेनं तिला बघत होते. त्यांना त्या दुर्दैवी स्त्रीची करुणा वाटत होती. तिच्या लहानपणी आपल्या आजीचे बोट धरून, या चर्चेमध्ये ती प्रथम आली होती. तेव्हासुद्धा ती अशीच रडत होती. नंतर नंतर ती मिशनरी शाळेत रमून गेली होती. दुर्गाप्पाशी लग्न लागून सासरी जाताना अशीच या चर्चमध्ये बसून रडणारी आणि दुर्गाप्पाच्या अपघाती मृत्यूनंतर, छोट्या नजूंडाला पोटाशी धरून जीवाच्या आकांताने याच चर्चमध्ये रडणारी समष्टी, फादर पहात आले होते. आज साठीच्या घरात पोचलेली तीच समष्टी, खाली मान घालून फादर समोर बसली होती. साऱ्या तामीळ वस्तीत, विरोधाभासाने उठून दिसणारा तिचा गोरापान रंग, उन्हाने आता रापला होता आणि पिंगट केसांवर रुपेरी छटा उतरली होती. ताठ, रुंद खांदे झुकले होते. या स्त्रीनं जन्मापासून दु:खच दु:ख भोगलं होतं. फादरनी ममतेनं तिच्या केसांवरुन हात फिरवला. त्यांचा स्पर्श होताच, समष्टीच्या मनाचा बांध फुटला. थोड्या वेळाने रडण्याचा आवेग ओसरल्यावर ती हळूहळू बोलू लागली.

"फादर, माझा नंजूडा सुखी व्हावा म्हणून मी जीव गहाण टाकेन. मी निघून गेल्यानं नंजूडा सुखी होणार असेल, तर निघून जाईनही! पण मला हेच समजेनासं झालंय, फादर, की या जन्माचा अर्थ तरी काय? कशासाठी हे जन्मभर वणवणनं आणि खस्ता काढणं? माझ्या मम्मानं मला जन्म दिला फक्त; पण माझ्या खस्ता काढल्या आजीनं! ज्या नंजूडाला उरीपोटी धरून मी खस्ता काढल्या, त्याचं माझं

नातंच आता संपणार! आणि कोणा देशीचा तो सतपालसाब? आता त्याच्या मुलाच्या खस्ता मी काढायच्या. इथं माझा रक्ताचा नातू, मला पारखा झालेला आणि मी सतपालसाबच्या मुलाची आजी व्हायचं यानंतर - आणि त्याच्या खऱ्या आजीला त्या नातवाचं सोयरसुतक नसावं! हे माझं गाव, माझी माणसं, इथंच सोडून... मी पुन्हा दुसऱ्या देशी जायचं? जन्मभर हेचं केलं मी फादर, बाबू व्हिलेज ते गुरखा हिल आणि गुरखा हिल ते बाबु व्हिलेज अशीच फक्त चढत उतरत राहिले-आता आणखी किती चढउतार करु? थकलेय मी फादर, ही म्हातारी हाडं याच चर्चलगतच्या सिमेट्रीत मिसळावीत आणि तिथं उभ्या झालेल्या पांढऱ्या दगडावर नंजूडानं अक्षरं कोरावीत...''माझी अम्मा! जिनं सारं आयुष्य माझ्यासाठी वेचलं!'' इतकंच ना मी मागत होते फादर?''

बोलता बोलता समष्टी रडू लागली. फादर त्या मनस्वी स्त्रीला खूप जवळून ओळखत होते. जीवनाने तिला भरपूर चकवे दाखवले होते आणि एकदा माणूस, या चकव्यांच्या तडाख्यात अडकला, की त्याला वाचवणं हे फक्त प्रभूच्या हाती असतं हे फादर जाणून होते. पण माणूस मात्र घाबरुन जातो. त्यानं प्रभूच्या शक्तीवर विश्वास ठेवला, तरच कुठे तो सहीसलामत बाहेर येऊ शकतो. फादरना मनापासून वाटत होतं की या समष्टीला यानंतर तरी सुख मिळायला हवं. फादरनी प्रभूचं स्मरण केलं आणि ते समष्टीला म्हणाले ''हे बघ, समष्टी, माय चाईल्ड, मी खात्रीनं सांगतो की या मार्गावरच प्रभू तुझं रक्षण करेल. त्याच्यावरचा विश्वास ढळू देऊ नकोस, निश्चिंत मनाने जा. गॉड इज ग्रेट'' समोर फादर उभे आहेत हे लक्षात येताच, समष्टी उभी रहात म्हणाली, ''होय फादर, माझा विश्वास आहे त्याच्यावर आणि तुमच्यावरही पण फादर, मी आज निघून गेल्यावर उद्या नंजूडा मला शोधत तुमच्याकडेच येईल. हा धक्का त्याला सोसवणार नाही. जे घडलं त्यात त्याचा दोषच नाही. नशिब माझं! तुम्ही नंजूडाला सांभाळाल ना फादर? त्याचा संसार नीट चालावा असं बघाल ना?'' बोलता बोलता ती पुन्हा रडू लागली.

''रडू नको समष्टी. मी आहे ना? मी जाईन व गौराम्माची समजूत घालून, तिला परत आणेन, मग तर झालं? गॉड ब्लेस यू. जप स्वत:ला. नव्या प्रदेशात आनंदाने रहा. जाऊ मी?'' फादर निघून गेले. समोरच्या रिकाम्या डायसवरचा विजेचा दिवा वाऱ्याने हालत होता. त्या हेलकाव्याने, समोरच्या भिंतीवर वेड्यावाकड्या छाया उमटत होत्या. समष्टी मदरच्या पुतळ्यासमोर उभी होती. तिच्या पाऊलांवर ओठ टेकवून, तिने मनोमन करुणा भाकली, ''मदर, तू माझं मन जाणतेस. माझ्या नंजूडाला जप. त्याला भरकटू देऊ नकोस. माझं काय? आता हे भटकणं ... संपून जाईल लवकरच.''

डोळे टिपत समष्टी, चर्चच्या मोठ्या दरवाजातून बाहेर पडली, तेव्हा चर्चच्या

मनोऱ्यावरच्या घड्याळाने पाचचे टोल दिले. नंजूडा यावेळी घरी असणार होता. रात्री आठ वाजता तो जंगलामधल्या, कंत्राटी लाकूडतोडीच्या कामासाठी जाणार होता. तोवर समष्टीला इथंच बसणं भाग होत. न जाणे! भावनेच्या भरात आपल्या जाण्याची गोष्ट तोंडून निघून गेली, तर सारंच गणित चुकणार होतं. नंजूडा तिला कदापी जाऊ देणार नव्हता व उद्या पहाटेलाच सतपालसाब आणि कम्मोमेमसाब, गुरखाहिल सोडणार होते. समष्टीच्या येण्याची ते डोळ्यात प्राण आणून वाट बघत होते.

चर्चलगतच्या बाकावर समष्टी बसली. समोर लांबवर हिरवळ जोपासली होती. त्याच्याकडेने, निलगिरीची उंच झाडे रांगेत उभी होती. पांढुरक्या ढगांमधून, ऊन हिवरळीवर उतरले होते. निलगिरीच्या पानांच्या सावल्यांचा मजेदार खेळ हिरवळीवर सुरू होता. आजूबाजूच्या निळ्याशार डोंगरावरुन, धुक्याचे लोट खाली उतरत होते. फिकट उन्हात, धुक्याचा थर मिसळला, की हवा कशी गहिरी, ढगाळ होऊन जात असे. अशी थंड, ढगाळ हवा पडली की समष्टीला एक दिलासा वाटत असे. या अशा हवेचा आणि समष्टीचा खूप जुना ऋणानुबंध होता. जन्मापासून सोबत होती ती फक्त या हवेचीच! त्या हवेच्या कोशात गुरफटलं की तिला कसं सुखरुप, उबदार वाटायचं. मनामधली भीती पळून जायची. केव्हापासून बरं?

पोटाशी पाय दुमडून घेऊन, बाकांवर बसलेली समष्टी आठवत होती. हवेचा कोश अलगद तिच्याभोवती तयार झाला होता. अगदी लहान पोर होती... तेव्हापासून समष्टी अशीच पाय पोटाशी घेऊन बसत असायची आणि ही ढगाळ हवा तिला पोटाशी धरायची. आईच्या मायेनं... त्या हवेचा स्पर्श अंगाला झाला की समष्टीचं पोरकेपण संपून जायचं.

तिची ममा तिला सर्व्हंट क्वार्टर्समध्ये सोडून पिअरसाबच्या बंगलीत निघून जायची; बंगलीचं जाळीचं बंद दार बघून, छोटी समष्टी, सर्व्हंट क्वॅार्टर्सच्या पायरीवर बसून मोठ्यानं रडायची तरी ते दार घट्ट बंद ते बंदच असायचं. आतमधून येणाऱ्या गाण्याच्या सुरांत, समष्टीचं रडणं ऐकू यायचं नाही. ममाची वाट बघून बघून समष्टी पायरीवरच झोपून जायची. सभोवती अशीच गहिरी हवा तिला वेढून टाकायची. तिला सुखरुप वाटायला लागायचं. पिअरसाबच्या फेंगड्या नाकाच्या काळ्या कुत्र्याची तिला त्यावेळी भीती वाटायची नाही की तिला 'गोरीमेम' म्हणून चिडवणाऱ्या मुलांचीही नाही. ती अशी पायरीवर झोपली की मग म्हातारी आजी तिला उचलून घरात न्यायची. थंडगार पडलेल्या समष्टीवर शाल पांघरायची. त्यानंतर अनेकदा या हवेनंच तिला पोटाशी धरलं होतं. जेव्हा ममा पिअरसाबबरोबर परदेशी निघून गेली जेव्हा आजी पोरक्या समष्टीला कडेवर घेऊन, बाबू व्हिलेजला परत आली आणि नंतर... जेव्हा दुर्गाप्पाच्या मृत्यूनंतर पोरक्या नंजूडला घेऊन समष्टी, बाबू व्हिलेजला परत आली आणि आज या जीवनाच्या अंतिम पर्वावर उभ्या असणाऱ्या समष्टीला...

त्या ढगाळ हवेनेच पुन्हा एकवार पोटाशी धरलं होतं.

आज आपण इथे आहोत उद्या यावेळी कुठं असू? या विचाराने समष्टीच्या पोटात धस्स झालं. कावऱ्याबावऱ्या नजरेनं तिनं आजूबाजूला नजर टाकली. तेच चिरपरिचित चर्च, तोच परिसर, तीच झाडं, हवा उद्या... उद्या... हे सारं इथंच असणार होतं. फक्त समष्टी.

समष्टीचे डोळे वाहात होते. तिच्या मनात आलं, ममा... ममाला नेमकं काय वाटलं असेल, हे सर्व सोडून जाताना?

काहीच वाटलं नसेल? खुशाल सारं टाकून गेली? त्यावेळी आजी नसती तर? आपलं काय झालं असतं? अशी कशी गेली मम्मा? आपला विचार न करता? आपण मात्र पोरक्या नंजूडासाठी सार जन्म वाळवून टाकला. पावलांना झिजवलं.

समष्टीला पिअरसाबची घट्ट आठवण होती. उंच, धिप्पाड, गोरा लालबुंद पिअरसाब... साऱ्या गुरखा हिलच्या ब्रिटीश आर्मी ऑफिसर्सना चळाचळा कापायला लावणारा पिअरसाब... आणि साऱ्या गुरखा हिलचे सॅल्यूट स्वीकारत. रोजमेरीला बाहूपाशांत घेऊन... परदेशी जाणारा पिअरसाब... बंगलीच्या मागच्या सर्व्हंट क्वार्टरसमोर खेळणाऱ्या छोट्या समष्टीला कौतुकाने, खिडकीतून पहाणारा पिअरसाब उंच काळ्या घोडीवर, रोजमेरीसह स्वार होऊन शिकारीला जाणारा पिअरसाब...

त्या पिअरसाबची अनेक रुपं छोट्या समष्टीनं भेदरुन पाहिलेली... आजही ती त्याला विसरु शकत नव्हती.

पिअरसाब! समष्टीचा जन्मदाता...

रोजमेरीला, समष्टीपासून दूर नेणारा. समष्टी त्याला कशी विसणार होती? नंतरच्या दिवसात चर्चमधल्या फादरनी तिला पित्याची माया दिली होती; दुर्गाप्पानं तिच्यावर मनमुक्त प्रेम उधळलं होतं... नंजूडानं तिची कूस उजवली होती... तरी समष्टीच्या मनातला पुरुषजातीचा आकस... पिअरसाबच्या आठवणीच्या रुपाने, एखाद्या जळमटासारखा तिला आजवर चिकटून होता.

आज या क्षणी तिला आजीची विलक्षण आठवण येत होती आणि रोजमेरीचीही! रोजमेरी! समष्टीची जन्मदाती. पिअरसाबचा हुकूम होता तिला ममा म्हणायचं. ती ममा... कुठं असेल? आजी तर बिचारी भ्रमिष्ट झाली होती. शेवटी रोजमेरीच्या आठवणीनं टिपं गाळत पिअरसाबला शिव्या घालत आजी मरुन गेली होती. ''गेली ती गेली गोऱ्यासाबचा हात धरुन पण कधीतरी एक पत्र पाठवायचं? पागल केलं माझ्या पोरीला. तळपट होवो मेल्याचं. माझी पोर! जिवंत असेल की नाही?'' आजी बडबडत असायची एकटीच! खरंच ममा जिवंत तरी असेल? कधी परत आलीच, तर... ओळखू आपण?

समष्टीची ममा. रोजमेरी! याच बाबू व्हिलेजची एक युवती!

तिची नवलकथा काल- परवा घडल्याइतकीच ताजी होती. गुरखा हिल... त्याच्या पायथ्याशी वसलेलं बाबू व्हिलेज. आजूबाजूला उभे असणारे निलगिरीचे उंच... निळेभोर डोंगर... त्या उतारावरचे कॉफीचे... चहाचे मळे... निलगिरीचे उंच वृक्ष या सर्वांना व्यापून उरलेली ती मधाळ हवा... त्या ओल्या हवेतून नाकापर्यंत पोचणारा चहा, कॉफी निलगिरीचा उग्र दर्प!... या सर्वांच्या साक्षीने रोजमेरीची चित्तरकथा नुकतीच या परिसरात घडली होती.

वेलिंग्टन साबनं शोधून काढलेलं निलगिरी पर्वताचं एक टोक. मग वेलिंग्टन या नावानंच ओळखलं जाऊ लागल. आज तिथं गोरे लोक नव्हते. त्यांचा झेंडा नव्हता. त्या वेलिंग्टनवर आता भारतीय आर्मी ऑफिसरांचं प्रशिक्षण केंद्र होतं. गोरे साब गेले...तरी वेलिंग्टनचा डौल तसाच कायम होता. तेच ते नागमोडी, स्वच्छ रस्ते... त्याच मोठमोठ्या इमारती, टुमदार बंगले... सारं तेच... तामिळी लोकांना म्हणायला अवघड म्हणून मग वेलिंग्टनला ते गुरखाहिल म्हणायला लागले. गुरखाहिलच्या पायथ्याशी अनेक छोट्या छोट्या वाड्या होत्या आणि आजूबाजूला घनदाट जंगल होतं. बाबू व्हिलेजमधले सारे पुरुष जंगलाच्या कामावर जात आणि स्त्रिया गुरखा हिलवरच्या साब लोकांच्या घरची कामे करत. काहीजणी सर्व्हंट क्वार्टर्समध्ये रहात. तर काही जणी रात्री गुरखा हिल उतरुन, गावी परत जात.

रोजमेरी! अशीच आपल्या आईसोबत काम शोधायला म्हणून गुरखा हिलवर पोचली होती. तेव्हा गुरखा हिलवर गोऱ्या साहेबांचं राज्य होतं आणि त्यावेळी रोजमेरी एक भरदार, उंच बांध्यांची, सुंदर अशी तामिळी युवती होती. तिला लगेच काम मिळाले. कारण लवकरच वेलिंग्टनच्या गोऱ्या वसाहतीचा मुख्य साहेब लंडनहून येणार होता. त्याची बंगली, रंगरंगोटी व नव्या फर्निचरने रोज सजत होती. त्या बंगल्याची आया म्हणून, रोजमेरीची नेमणूक झाली. आपल्या आईसह ती बंगलीमागच्या नोकरांच्या कोठीत रहायला गेली. पिअर साबच्या कडक स्वभावाची वर्णने ऐकून तिच्या छातीत धडधडत होतं. त्यापेक्षा सरळ उठून बाबू व्हिलेज गाठावं असं तिला हजारदा मनांत येत असतानाच साऱ्या वेलिंग्टनचे सॅल्यूट स्वीकारत पिअरसाब बंगलीच्या पोर्चमध्ये उतरला. त्याचे निळे डोळे कुतूहलाने सारा परिसर निरखत होते. खाली मान घालून काम करणारी रोजमेरी बघून त्याच्या भिवया आश्चर्याने वर गेल्या. इतकं साधं, निसर्गदत्त लावण्य त्यानं यापूर्वी कुठेच पाहिलेलं नव्हतं. तिचा काळा करवंदी रंग, तेलानं माखलेले चकाकणारे काळेभोर केस, सुदृढ बांधा आणि या कोणत्याही गोष्टीची जाणीवही नसणारी रोजमेरी! पिअरसाब पुरता पागल होऊन गेला. न समजणाऱ्या भाषेचा अडसर, नजरेच्या समजणाऱ्या भाषेने दूर झाला. स्पर्शाची भाषा अधिक बोलकी झाली आणि बघता बघता ते दोघे एकमेकांच्या प्रेमात पार हरवून गेले. एकमेकांत रंगून गेलेल्या त्या दोघांच्या प्रेमातून

निर्माण झालेला नवा रंग म्हणजेच समष्टी. पिअरसाबचा गोरा रंग, निळे डोळे, भुरे केस सारं सहीसही उचलून घेऊन, समष्टी जन्माला आली. तेव्हा सारी गुरखाहिल अवाक झाली. पण त्या दोघांना कशाचंही भान नव्हतं. समष्टीला आईच्या स्वाधीन करून, रोजमेरी बंगलीत निघून जाई. थोडी मोठी झालेली समष्टी कोठडीच्या पायरीवर बसून बंगलीच्या बंद दाराकडे बघत बसे. पिअरसाबने लंडनहून आणलेले उंची झगे घालून, बंगलीत वावरणारी ममा समष्टीला दिसे पण समष्टीला त्या बंगलीत प्रवेशच नव्हता. तिच्या खाण्यापिण्याची उत्तम बडदास्त पिअरसाबने ठेवली होती. तिच्यासाठी खेळणी, झगे लंडनहून मागवत होता. समष्टी मात्र तो दिसला, की भित्र्या सशाप्रमाणे पळून जात होती. अशावेळी तो मोठ्याने हसायचा. ते हसू म्हणजे समष्टीच्या आजही ध्यानात होतं. बघता बघता, समष्टी नऊ - दहा वर्षाची मुलगी झाली. साऱ्या मुलांत आपल्या गोऱ्या रंगाने ती उठून दिसायची आणि एके दिवशी रात्रीच्या वेळी आजीने तिला छान फ्रॉक घालून, नीटनेटकं सजवलं आणि त्या रात्री समष्टी प्रथमच पिअरसाबच्या बंगलीत गेली. बंगलीचं वैभव तिच्या इवल्या डोळ्यात मावत नव्हतं. आज प्रथमच, पिअर साबच्यासमोर ममाने तिला मांडीवर घेतलं. समष्टीनं बघितलं की, खोलीतल्या धगधगत्या भट्टीजवळच्या खुर्चीवर पिअरसाब बसला होता. त्याच्या पायाजवळच्या गालिचावर आजी बसली होती. आजीला ढसढसून रडताना बघून समष्टीला कसंतरीच वाटलं. ममाच्या मांडीवरुन ती उतरली आणि आजीच्या मांडीवर बसली. आपल्या हाताने तिचे डोळे पुसताना तिने पाहिले, पिअर साबने आजीच्या पायाजवळ नोटांची बंडलं ठेवली होती. ममा आणि तो आतल्या खोलीत निघून गेले होते. आजीचे हुंदके हळूहळू कमी झाले. नोटांची बंडलं पदरात बांधून समष्टीचा आधार घेत-घेत, आजी नोकरांच्या कोठीत परतली. दोन दिवस ती सुन्न बसून होती. हळूहळू तिनं सारं सामान पोत्यात भरलं. सारी कोठी रिकामी झाली. एका सकाळी समष्टीने पाहिलं की पिअर साबच्या बंगलीसमोर सारे गोरे शिपाई उभे होते. त्या सर्वांचे सॅल्यूट स्वीकारत, पिअरसाब डौलाने उघड्या जीपमध्ये जाऊन बसला अणि समष्टीचा डोळ्यांवर विश्वास बसेना कारण ममाही त्याच्या शेजारी बसली होती. सर्वांचे सॅल्यूट स्वीकारत गाडी बंगल्याच्या गेट बाहेर निघाली. ममा... ममा... समष्टीचा रडणं ममाला ऐकू आलं नसावं फक्त तिने दोन तीन वेळा मागे वळून पाहिलं.

"प्रेम बरं -प्रेम! हे प्रेम पागल करते बरं माणसाला. पोटचा गोळा टाकून, गेली अवदसा- परदेसी साहेबाचा हात धरुन..."

आजी तडफडत असायची. बस्स! इतकीच होती ममाची आठवण! म्हातारी त्यानंतर मात्र घट्ट उभी राहिली. शेजारच्या अण्णूच्या मदतीने तिने सामान बाबु व्हिलेजमधल्या घरी आणून टाकलं. दरवाजाची कडीकोयंडा घट्ट करवून घेतला.

चर्चमधल्या फादरच्या हाती, विश्वासाने नोटांची बंडलं सोपवून, समष्टीला मिशनरी स्कूलमध्ये दाखल केलं. नातीसाठी आजी जिवापाड राबू लागली. सर्व तामिळी वस्तीमधल्या काळ्या मुलांमध्ये समष्टी, तिच्या गोऱ्या रंगाने उठून दिसायची. आधी समष्टीला खूप बुजल्यासारखं व्हायचं. पण नंतर तिला झोपडीत रहाणारी ती प्रेमळ माणसं, मुलं, शाळा, तिथले फादर सारे तिच्या इवल्याशा विश्वात उरले. बाबू व्हिलेज हेच आपलं खरं गाव हे तिला समजू लागलं. बाबू व्हिलेजमधून वरच्या डोंगरावरचे दिवे रात्रीचे टिमटिम करायचे. आपल्या झोपडपट्टीच्या दारातून समष्टी ते दिवे पहायची. गुरखा हिल! ते टिमटिमणारे दिवे, तिला ममाची आठवण करून द्यायचे. गुरखा हिलचे ते दिवे, बाबू व्हिलेजमधून बघता बघता... समष्टी मोठी झाली होती. साऱ्या वसाहतीतल्या, गोऱ्यापान, उंच, भरदार बांध्याच्या, समष्टीवर, शेजारच्या वाडीमधला, दुर्गाप्पा फार फिदा झाला होता. आपल्या आईच्यातर्फे, त्याने समष्टीला रीतसर मागणी घातली. कामसू, प्रामाणिक वृत्तीचा दुर्गाप्पा आजीला जावई म्हणून एकदम आवडला आणि समष्टीलाही! साऱ्या बाबू व्हिलेजने फादरच्या साक्षीने-आपल्या गोऱ्या मेमचे लग्न दुर्गाप्पाशी लावून दिलं आणि बघता बघता समष्टी आपल्या नव्या संसारात रमून गेली. तिच्या कुशीत नंजूडाने जन्म घेतला. नंजूडाला खेळवताना, आजीचे डोळे भरून येत. रोजमेरी! आजीची लेक, तिची आठवण आली की आजीचं मन तळमळायचं. नातीचा भरला संसार बघत आणि परदेशी लेकीसाठी टिपं गाळत, म्हातारी आजी मरुन गेली. दुर्गाप्पा समष्टीवर जिवापाड प्रेम करत होता. नंजूडाच्या बाळलीला तिच्या जिवाला सुखावत असतानाच, समष्टीच्या नशिबने तिला चकवा दाखवला. लाकूडतोडीच्या कामावर गेलेल्या दुर्गाप्पावर झाड कोसळलं आणि त्याच्या चिंधड्या झाल्या. समष्टीवर आभाळ कोसळलं होतं. त्यावेळी दुर्गाप्पाची म्हातारी आई तिच्या मदतीला घट्ट उभी राहिली. सासूला आधार देत, नंजूडाला कडेवर घेऊन परत गावी आलेल्या समष्टीला बघून सारं बाबू व्हिलेज खचून गेलं. गावाच्या सोबतीनं आजीच्या घरात नंजूडाला घेऊन समष्टी कष्टाचे डोंगर उपसू लागली.

पोटासाठी इतर बायका, गुरखा हिलवरच्या आर्मी वसाहतीतल्या साहेब लोकांच्या घरी आया म्हणून कामे करत असत. समष्टीचा जन्मच गुरखा हिलवर झाला होता. तिच्या ममाची चित्तरकथा गुरखा हिलवरच घडलेली होती. गुरखा हिल उतरुन, बाबू व्हिलेजमध्ये परत आलेल्या समष्टीला, काम मिळविण्यासाठी पुन्हा गुरखा हिल चढणं खूप जड जात होतं. पायांत मणामणाच्या बेड्या अडकवून समष्टी आर्मीसाबसमोर कामासाठी उभी राहिली. 'वीस बाय दोन' या नंबरच्या बंगलीची आया म्हणून तिची नेमणूक करणाऱ्या आर्मी साबला ती "म्हणाली मी काम करेन पण रात्री परत जाईन. नोकराची कोठी मला नको."

तिचे नाव दाखल करणाऱ्या आर्मी साबने चमकून वर पाहिलं. अस्सल युरोपियन रंगाची, तामिळी स्त्री बघून तो हसला. जे समजायचं ते मनातून समजला.

"साहेब, कामात कसूर करणार नाही. रात्रीची परत जाताना भीती कसली? माझ्या पायाखालची वाट आहे. मला काम द्या साहेब, फार गरज आहे."

"विस बाय दोन!"

गेली पंचवीस वर्षे समष्टी 'वीस बाय दोन' ची आया म्हणून काम करत होती. आर्मी साबने तिची नेमणूक केली त्यादिवशी एकदा आणि शेवटचीच ती पिअर साबच्या बंगलीकडे गेली होती. पिअर साबच्या वेळेचा सारा रंग आता पार उडून गेला होता. रिकाम्या बंगलीच्या पाठीमागच्या नोकरांच्या कोठीच्या पायरीवर बराच वेळ ती सुन्न बसून होती. आता ती सात आठ वर्षाची समष्टी नव्हतीच, आता ती नंजूडाची आई होती. त्या बंगलीत घडून गेलेल्या प्रीती कथेचा रंग लेवून, ऐन तारुण्यातील समष्टी त्या पायऱ्यांवर बसली होती. पिअर साब, ममा, आजी, दुर्गाप्पा... सारे दुवे निखळून गेले होते. पाय पोटाशी घेऊन सुन्न बसणारी समष्टी ढसढसून रडत होती. धुक्यात मिसळून गेलेली सूर्यकिरणे, ओल्या हवेतून समष्टीला बिलगली होती. त्या हवेच्या कोशाने तिला पोटाशी धरलं होतं. आजीसारखं. ममासारखं. त्यानंतर गेली पंचवीस वर्ष समष्टी अथक राबत होती.

मधल्या काळात नंजूडा मोठा झाला होता. रात्रीची जंगलाची कंत्राटी कामे मिळवत होता. यावेळेपर्यन्त समष्टीने आजीचं घर नव्याने बांधून घेतलं होतं. पैसे साठवून साठवून घेतलेल्या जमिनीच्या तुकड्यात नंजूडा कोबी, बटाटे पिकवत होता. समष्टी रोज सकाळी गुरखा हिल चढत होती. रात्री उतरुन वाडीत परतत होती. शेजारच्या वाडीमधली देखणी, तामिळी युवती, गौराम्मा तिची सून म्हणून घरात वावरु लागली होती. समष्टीचं मन समाधानानं भरुन गेलं होतं. गुरखा हिल चढताना आता थकवा जाणवत होता आणि गौरम्माला दिवस गेल्यापासून गौराम्मानं जशी समष्टीशी दुस्वासाने वागायला सुरुवात केली तेव्हापासून समष्टीला जगणंही जड वाटू लागलं. कष्टाने उभा केलेला संसाराचा भार आनंदाने गौराम्माच्या हाती सोपवून समष्टी निश्चिंत झाली. पण त्यानंतर गौराम्मा मात्र पार बदलून गेली. समष्टीच्या गोऱ्या रंगाचा तिच्या मनात आकस होता. इतर साऱ्या आया, गुरखा हिलवरच्या नोकरांच्या कोठीत रहात असताना, कितीही रात्र झाली, तरी धडपडत घरी परत येणाऱ्या सासूचा, गौराम्माला राग यायचा. तिच्यासाठी पाण्याचा हंडा तापवून ठेवण्याऐवजी समष्टीसाठी गारढोण अन्नाचं ताट झाकून ठेवून, गौराम्मा झोपून आई. रात्रभर नंजूडा जंगलतोडीच्या कामावर जात असे. बाजूच्या जंगलातून लाकूडतोडीचा येणारा ठक् ठक् आवाज ऐकत समष्टी अंथरुणावर तळमळत असे. डोळे पुसून पुन्हा सकाळी थकल्या पाऊलांनी व जड मनाने ती गुरखा हिल चढायला लागत असे. तशात

गौराम्मा बाळंतपणाला जी माहेरी निघून गेली होती ती परत येण्याचं नाव घेत नव्हती. फक्त एकदाच समष्टीला तिचा नातु पहाता आला होता. पिअरसाबचीच प्रतिकृती असा गोरापान नातू, भान हरवून, डोळे भरून पहात असतानाच गौराम्माने त्याला हिसकावून घेतला होता आणि आतल्या खोलीत निघून गेली होती आणि आता तर तिने नंजूडाला निरोपच धाडला होता की जोवर तुझी आई घरात आहे... तोवर मी परत येणार नाही. नंजूडाचं आईवर जिवापाड प्रेम होतं... गौरम्मावर तो संतापला होता. काही बोलत नव्हता. पण दिवसा शेतात आणि रात्री जंगलात त्याने कामाला जुंपून घेतलं होतं. त्याचं दु:ख समष्टीला बघवत नव्हतं. समष्टीला तो गुरखा हिलच्या नोकर कोठीत कदापी जाऊ देणार नव्हता आणि तोवर गौराम्मा घरी परत येणार नव्हती. समष्टी बिचारी! जीवनाच्या या चढउतारांवर पार थकून गेली होती.

वीस बाय दोन! गेली पंचवीस वर्षे गुरखा हिलच्या या बंगलीत समष्टी ये जा करत होती. भारताच्या वेगवेगळ्या प्रांताचे, जाती धर्माचे तरुण आर्मीसाब गुरखा हिलवर प्रशिक्षणासाठी येत. वर्षभर त्यांचा कुटुंब कबिला 'वीस बाय दोन' मध्ये असे. तिथं येणाऱ्या प्रत्येक साब व मेमसाबला समष्टीसारखी आया बघून, खुशी व्हायची. मग वीस बाय दोन व छोटे बाबालोक समष्टीच्याहाती सोपवून, साब अभ्यासात गुंतून जात आणि साऱ्या मेमसाब, मैत्रिणी बनून भटकत रहात. कुणी चांगलं, कुणी खडूस, कुणी आनंदी, कुणी उगीचच डाफरणारे! मनुष्यस्वभावाचे वेगवेगळे नमुने, दरवर्षी समष्टीला भेटत. समष्टी जीव ओतून, त्यांची सारी कामे करत असे. आणि एके दिवशी कोर्स संपून-नवीन पोस्टिंगची ऑर्डर येत असे. वर्षभर एकत्र आलेला तो माणसांचा समूह ऑर्डरप्रमाणे भारताच्या वेगवेगळ्या भागांत रवाना होत असे. जाताना समष्टीवर बक्षिसांची खैरात होत असे; आणि पोपटांचा थवा, आकाशभर व्हावा, तसे सारे निघून जात. साब लोकांचं येणं समष्टीला आवडे... पण वर्षभर जडलेली माया सोडून, ते जाताना समष्टी उदास होत असे; अशा वेळी, नकळत कधीच परत न येणारा पिअरसाब आणि मम हटकून आठवत असे आणि जीव जड होत असे. पण हे नित्याचेच होते, मात्र या वर्षी 'वीस बाय दोन' मध्ये आलेले सतपालसाब आणि कम्मो मेमसाब यांनी मात्र समष्टीला, त्यांच्या मायेत गुंतवून टाकलं होतं.

पहिल्याच दिवशी, स्कर्ट-ब्लाऊज घातलेली छोटीशी मेमसाब बघून समष्टीला आश्चर्याचा धक्काच बसला होता. तशात ती मुलगी अवघडलेली! आणि आया म्हणून प्रौढ समष्टीला बघून कम्मो व सतपालसाबचं अवघडलेपण एकदम मोकळं होऊन गेलं. समष्टीकडे बघून खूष होऊन सतपालसाब म्हणाला "बघ कम्मो! काळजी करत होतीस ना? या परक्या मुलखात तुझं कसं होणार याची भीती वाटत होती ना? बघ, कशी छान काळजी घेतलीय परमेश्वरानं? जय सत् श्री अकाल."

हात जोडून सतपालसाब म्हणाला.

"तुझं नाव काय गं?"

"समष्टी."

"समष्टी? खूप अवघड आहे. मी आणि ही कम्मो तुला ममा म्हणू? चालेल? नाहीतरी आम्हा दोघांना कुणीही नाही. तसे आहेत पुष्कळ नातेवाईक, पण आई-वडील, भाऊ-बहीण रक्ताचे कुणीच नाहीत. बघ ममा, ही कम्मो अशी वयाने लहान आणि नाजूक, अवघडलेली. हिला मी तुझ्या स्वाधीन करतोय. उद्यापासून मी अभ्यासात गुंतेन. तू जपशील ना या कम्मोला?"

सतपालसाबचं बोलणं पूर्ण होण्याआधीच कम्मो समष्टीला बिलगली होती.. कम्मो आणि सतपालच्या मिठीत समष्टी गुरफटली होती. तिच्या डोळ्यांमधून पाणी झरत होतं. असे जगावेगळे साब आणि मेमसाब यापूर्वी "वीस बाय दोन" मध्ये आलेच नव्हते. आणि 'वीस बाय दोन' ची अशी ओढ यापूर्वी समष्टीलाही कधी लागली नव्हती. ती कम्मोला डोळ्यात तेल घालून जपू लागली. तिच्या प्रेमाने, फुलासारखी नाजूक कम्मो, अधिक रसरशीत दिसू लागली. "ममा मम्मा" करत समष्टीच्या मागे फिरु लागली.

त्या दोघांना या जगात कुणीही नसावं? या गोष्टीचं समष्टीला नवल वाटून राही. इंदिरा गांधीच्या हत्त्येनंतर दिल्लीत शिखांच्या कत्तली झाल्या होत्या. त्यात या दोघांच्या कुटुंबामधले सारे मारले गेले होते. सतपाल आर्मी युनिटमध्ये होता म्हणून आणि कम्मो होस्टेलमध्ये होती, म्हणूनच केवळ दोघे बचावले होते. नंतर विवाहबद्ध झाले होते. एकमेकांवर जिवापाड प्रेम करत होते. आपल्या मनातले सारे दुःख कम्मो समष्टीला सांगत जाई. गौराम्माचं माहेरी रहाणं, नातवाचा विरह आणि नंजूडाचं घुसमटणं- या साऱ्याने दुःखी झालेल्या समष्टीच्या मनाला कम्मोची सेवा करताना, दिलासा मिळत होता. तशात छोट्या सांईशाचा जन्म झाला. गोरा, गुटगुटित व काळेभोर जावळ असलेला सांई बघून समष्टी, कम्मो, सतपाल खुळावून गेले. "तुझ्यामुळे, ममा, तुझ्यामुळे हा आनंदाचा दिवस बघतोय."

ते दोघे पुन्हा पुन्हा म्हणत. तेव्हा समष्टी हसत सुटे. जणू काय समष्टी नसती तर सांई जन्मणारच नव्हता. या दोन वेड्या साब, मेमचं समष्टीला नवल वाटे आणि प्रेमही!

यावर्षी या वीस बाय दोनचं वर्ष लवकर संपलं असे समष्टीला वाटू लागलं. बघता बघता छोटा सांई, मोठा झाला. हात पसरुन, तोंडाचं बोळकं पसरुन हासू लागला. बाळसं धरलं आणि पोस्टिंगचा दिवस आला. समष्टीच्या छातीत धडधडायला लागलं. यावर्षीचा हा अनुभव वेगळाच होता आणि तो दिवस आलाच.

त्या सकाळी समष्टीने 'वीस बाय दोन' मध्ये पाय ठेवला मात्र कम्मो रडत रडत

तिच्या गळ्यात पडली. ''बघ ममा, माझंच नशिब बघ. सर्वांना चांगल्या जागी पोस्टिंग मिळाल्या. माझ्या सतपालला मात्र व्हॅलीत टाकलं. मला व सांईला तिथे जाता येणार नाही. दिल्लीत 'अर्जुन विहार' मध्ये आम्हा दोघांची सोय.''

''दिल्लीची मला भीती वाटतेय गं. तिथेच ना आमच्या सर्व कुटुंबाची कत्तल झाली? आणि इकडे माझा सतपाल? कायम शत्रुंशी सामना करत, शत्रुंनी वेढलेल्या प्रदेशात रहाणार. उद्या त्याला काही झालं तर? आणि दिल्लीत पुन्हा कत्तली झाल्या तर? त्या दिल्लीचा तरी काय भरंवसा ग?''

''ममा, माझंच नशिब असं का असेल? काय करु मी? इथे तू होतीस. तिथं कोण आहे माझं? आता हा सांई-तुझ्याशिवाय कसा रहाणार? मला तर त्याला नीट न्हाणवताही येत नाही अजून! ''

कम्मोच रडणं आणि बोलणं थांबत नव्हतं. सतपाल मात्र कधी नव्हे तो गप्प होता. त्याचं खळखळून हसणं बंद झालं होतं. त्या रात्री समष्टी घरी परत जाताना, तो म्हणाला,''चला ममा, मी आज तुला कारने पोचवतो.''

''नको साब मी जाईन.''

समष्टी संकोचून म्हणाली तरी सतपालने गॅरेजमधून कार बाहेर काढली व समष्टीला शेजारी बसवून, संथपणे त्यांची गाडी, वळणे उतरत-उतरत बाबू व्हिलेजच्या दिशेने जाऊ लागली. बाबु व्हिलेजचे दिवे दिसायला लागले, तशी सतपालने एका कडेला गाडी थांबवली. तो विलक्षण गंभीर झाला होता. आणि हात जोडून अचानक म्हणाला,''ममा, एक भीक मागतो तुझ्याजवळ, तू चल ग आमच्यासोबत. कम्मोनं खूप भीती घेतलीय त्या दिल्ली शहराची. खरं तर आता पुन्हा तसं होणार नाहीच. पण तिचा भित्रा स्वभाव तू जाणतेस. इकडे मी पण व्हॅलीत असेन. तिथे मात्र अखंड धोका.''

''साब, व्हॅली म्हणजे?''

''कश्मिर, कश्मिर व्हॅली.''

''पण साब, आता तर आपलं राज्य आहे म्हणतात मग व्हॅलीला धोका कुणाचा? कोण युद्ध करतंय? गोरे साब तर आता नाही ना?''

सतपाल हसला.

''गोरा साब गेलाय खरा, पण त्याचा जीव या सोन्यासारख्या भूमीत अडकलाय बघ. त्याने कश्मिरच्या रुपाने एक वाद निर्माण करून ठेवलाय. त्यानेच जाताना या अखंड भूमीचे दोन तुकडे केले. रक्ताचे पाट वहावले. भाऊ भाऊ वैरी झाले. आज सुद्धा व्हॅलीतले आतंकवादी म्हणजे गोऱ्या साबचेच हस्तक आहेत. या गोऱ्यांनी जाता जाता भयानक खंदक खणून ठेवलेत हा देश त्याला पुन्हा गिळंकृत करायचा आहे.''

सतपालचे बोलणं ऐकताना समष्टीच्या डोळ्यात अंगार उतरत होते. त्या गोऱ्या साबनेच तिची भाबडी ममा उचलून नेली होती. त्याचा गोरा रंग समष्टीच्या अंगाला जन्मभर चिकटला होता. त्या रंगाच्या रुपाने जन्मभर तिने पोरकेपण अंगावर पांघरलं होतं. आणि त्या गोऱ्या रंगाचाच गौराम्मा अखंड दुस्वास करत होती. पूर्वी ममा आणि आता सून- या गोऱ्यानेच दुरावली होती. आणि तो गोरा साब अजूनही या प्रदेशात यायला बघत होता. कदाचित या सतपालचा बळीही तो घेईल? हा विचार मनात येताच ती म्हणाली, ''साब, तुम्ही व्हॅलीत गेलाच नाहीत तर?''

''असं कसं म्हणतेस ममा? माझी ड्युटी आहे ती. शत्रुला ठेचून काढून, या भूमीचं रक्षणं करणं, हा फौजीचा धर्म आहे. मी जाणार आणि प्राणपणाने ड्युटी करणार. फक्त ममा, तू चल आमच्यासोबत. दिल्लीत कम्मोसोबत तू आहेस या विश्वासावर मी अधिक जोमाने माझं काम करीन. येशील ना?''

यावेळेपर्यंत समष्टीच्या मनाचा निर्धार पक्का झाला होता. ती म्हणाली,''येईन साब. नक्कीच येईन. यानंतर जन्मभर तुमच्या घरचीच बनून राहीन. मला तरी कोण आहे? माझाही जीव सांईबाबूत गुंतलाय. पण एकच वचन द्या.''

''काहीही माग ममा. काहीही! पैसे हवे तेवढे माग.''

त्याचा हात हातात घट्ट धरुन, समष्टी म्हणाली,''साब, मी ममा आहे तुमची, पैसे मोजून मम्मा मिळत नाही. माझं मागणं वेगळचं आहे.''

''बोल ममा, सांग.''

''साब, त्या गोऱ्याला मात्र पुन्हा या देशात पाय ठेवायला देऊ नका. गोऱ्या कातडीची, ती मतलबी माणसे मात्र या देशात पुन्हा येता कामा नयेत. तुम्ही लढा त्यांच्याशी साब. मी सांभाळेन मेमसाब आणि बाबूला.''

सतपालचे अश्रू गालावरुन दाढीत झिरपत होते. तरणाबांड आर्मी साब समष्टीच्या म्हाताऱ्या खांद्यावर मान ठेवून रडत होता. समष्टी त्याला मायेनं सावरत होती.

त्यानंतर कम्मोने आणि समष्टीने सारं पॅकिंग आवरलं होतं. ट्रकमधून सामानांचे बॉक्सेस-कोईमतूरला रवाना झाले होते. उद्या पहाटे, सतपाल, कम्मो, सांईश समष्टीला घेऊन रवाना होणार होता. फादरचा आशीर्वाद घेऊन झाला होता. नंजूडाला काहीच सांगायचं नव्हतं. समष्टीच्या जाण्याचं दुःख झालं तरी, नंतर गौराम्मा आणि तिचा छोटा बाबू परत येणार होते. नंजूडाचा संसार मार्गी लागणार होता. समष्टीची खरी गरज सतपाल व कम्मोला होती. उद्या पहाटे समष्टी गुरखा हिल सोडणार होती. आज रात्री नंजूडा जंगलांत गेल्यानंतर ती बाबू-व्हिलेज सोडणार होती.

हवेचा तोच चिरपरिचित कोश समष्टीभोवती तयार झाला होता. बाबू व्हिलेजचे दिवे टिमटिमत होते. त्याच्यावरची गुरखा हिल दिव्यांनी झगमगत होती आणि

आकाश नक्षत्रांनी भरून गेलं होतं. समष्टी चर्चलगतच्या बाकावर केव्हाची बसली होती. निलगिरीची झाडे काळोखात उभी होती. समष्टीने मनोमन त्या परिसराचा निरोप घेतला. घरी जाऊन, तेल घालून प्रभूच्या तसबिरीसमोरची दिवली पेटवली आणि ट्रंक उचलली, त्या इवल्याशा ट्रंकेत काय नव्हतं? समष्टीचं सारं जीवन तिथे होतं. पिअर साबने लंडनहून मागवलेली खेळणी, ममाचा केसांना बांधायचा लेसचा रुमाल, चिंध्या चिंध्या जोडून आजीने तिच्यासाठी बनवलेली वाकळ, दुर्गाप्पाने समष्टीला लग्नात दिलेली लाल काठांची, जांभळी साडी, छोट्या नंजूडाचे लाकडाचे भोवरे, लगोऱ्या, लाकडाचे हत्ती, घोडे, समष्टीने मोठया कौतुकाने, नातवासाठी केलेली बाळलेणी, चांदीचा करदोटा, वाळे...

सारं जीवन त्या ट्रंकेत घालून, भर काळोखात समष्टी ट्रंक सावरत, गुरखा हिल चढत होती. बाबू-व्हिलेज पाठीमागे आणि गुरखा हिल समोर होते. उद्या पहाटे ती एका अज्ञात वाटेला जाऊन मिळणार होती. पूर्वी रोजमेरीने हा प्रदेश प्रेमासाठी पागल होऊन सोडला होता आणि त्यानंतर तब्बल पन्नास वर्षांनी, समष्टी हा प्रदेश सोडून चालली होती; तिची ममा, गोऱ्यासाबचा हात धरुन गेली होती. आणि तो गोरा साब परत इथे येऊ नये, पुन्हा एखादी पोरकी समष्टी जन्माला येऊ नये, म्हणून लढणाऱ्या सतपालची ममा बनून समष्टी चालली होती. रोजमेरीची चित्तरकथा बघून तो सारा परिचित, अवाक झाला होता तोच परिसर, ती ढगाळ, सर्द हवा, काळोखात मौन पांघरुन उभे असणारे निलगिरीचे उंच वृक्ष, आभाळामधली नक्षत्रे, सर्वजण कौतुकाने समष्टीला आज पहात होते. 'वीस बाय दोन' च्या आवारात, समष्टीला मिठीत घेऊन, कम्मो, सतपालचे अश्रू वाहात होते. छोटा सांई मात्र बोळके पसरुन हसत होता. यामध्ये अवघडलेला हवेचा झोत, मात्र अंग चोरुन, निसटून-बाबू व्हिलेजकडे झेपावला होता. आनंदाने समाधानाने!

◆

तेरा दिवस

ऐन बाराच्या उन्हात, आवडाला अंगणामधल्या फणसाजवळ उभी असलेली पाहिली मात्र--बाहेरच्या सोप्यात दरवाजासमोर भिंतीला पाठ टेकवून बसलेल्या करमल आतेनं, तोंडावर हात धरुन, जोरानं बोंब ठोकली. काठीसारखी उंच व शुष्क डोळ्यांची आवडा, झेलपाटत दरवाजाजवळ पोचली. तिचा तो अवतार बघून, जे समजायचं ते करमलआत्याला समजून चुकलं. घरात आलेल्या आवडाला मिठीत घेत करमलआतेनं हंबरडा फोडला.

"शानू रे... शानू मजे पुता... कुठं गेलास रे..." नणंदेच्या रडण्याने आवडाच्या मनाचा बांध फुटला. त्या दोघी नणंद-भावजया मोठमोठ्याने आक्रोश करु लागल्या. तो आवाज साऱ्या वाडीभर घुमत पसरला. भर दुपारच्यावेळी तो रडण्याचा भेसूर आवाज ऐकून वाडीवरची माणसं सुन्न झाली.

डोंगराच्या पायथ्याशी, झरीवर कपडे धुणाऱ्या रत्नाला मात्र ते काहीच ऐकू येणं शक्य नव्हतं. ती झरी वाडीपासून बरीच दूर होती. डोंगरातून कोसळणाऱ्या पाण्याच्या आवाजाखेरीज त्या जागी काहीच ऐकू येत नव्हतं. झरीलगतच्या गोल ताशीव दगडावर मनापासून कपडे धुणाऱ्या रत्नाचं मन मात्र स्वस्थ नव्हतं. सासूचं लुगडं दगडावर चुबकताना, ती मध्येच दचकत होती. दचकून मागे पुढे पहात होती. आपण एकटं झरीवर यायला नकोच होतं असं तिला वाटलं. शेजारची माली येते म्हणत असताना, रत्ना एकटीच झरीवर आली होती. अलिकडे तिला साऱ्या गोष्टिंचाच उबग आला होता. सासूचं लुगडं झरीतल्या पाण्यावर तरंगत होतं. झाडांच्या फांद्यांमधून, उन्हाची तिरीप, पाण्यावर उतरली होती. हिरवंशार पाणी, पिवळ्या उन्हाने डहाळून गेलं होतं. डोंगरामधला जिवंत असा खळखळत्या पाण्याचा प्रवाह, याच ठिकाणी कोसळून पडत असे आणि नंतर ते शांत जलाशय, साऱ्या वाडीचेच "जीवन"बनून जाई. जवळच वाडीच्या खोपटात राहाणाऱ्या माणसांना, या झरीचा खूप आधार वाटे. गावच्या लेकी, सुना धुण्याच्या पोटल्या घेऊन इथे येत. एका मोठ्या आंब्याच्या झाडाखाली, एक शेंदूर लावलेला दगड होता. त्या परिसराची

राखण करणारा तो देवचारबाप्पा होता. येणारा जाणारा आधी त्या दगडाला माथा टेकवून नमस्कार करीत असे.

रत्ना भराभरा बादलीतल्या पाण्यात कपडे खंगाळत होती. तिच्या गोल मनगटावरचा हिरवा चुडा, उन्हात चमकत होता. त्याचं पाणी मनगटावर निथळत होतं. एकाएकी हातामधला पिळा बादलीत तसाच टाकून, रत्नाने, जवळच्या दगडावर बसकण मारली. तिची नजर समोरच्या लाल दगडावर खिळून गेली होती.

आजूबाजूची गर्द झाडी, तो खळखळत उतरणारा आणि नंतर शांत झालेला जलाशय आणि अंगावर कोरे लुगडे आणि कोरा हिरवा चुडा लेवून, दगडावर सुन्न होऊन बसलेली रत्ना, ती झरी, तो डोंगर, जवळच्याच वाडीमधले तिचे घर, त्या घरामधली, वाडीमधली सारी माणसे ते सारंच रत्नाला अनोळखी होतं. एक महिन्यापूर्वी, तर त्यांमधल्या कुणालाही ती ओळखत नव्हती.

एक महिना! एक महिन्यापूर्वी तिचं जीवन किती वेगळं होतं! या वाडीपासून खूप दूर अशा अंतरावर तिचं गाव होतं. तिचं घर होतं. मैत्रिणी होत्या. तिच्यावर प्रेम करणारे आई बाबा आणि नोकरी करणारे दादा वहिनी; तिच्याशी गुजगोष्टी करणाऱ्या मैत्रिणी, तिला पुस्तकं वाचण्यासाठी दमदाटी करणारे तिचे मास्तर! सारं भावविश्व सोडून, रत्ना त्या डोंगर पायथ्याच्या वाडीत पोचली होती. तिचं पूर्वीचं गाव शहराजवळ होतं म्हणून अधिक नीटनेटकं होतं. लांबलचक स्वच्छ रस्ते, माणसांनी, वाहनांनी भरुन वाहणारे... त्या गावांत लहानाची मोठी झालेल्या रत्नाचं जीवन या पाण्याप्रमाणे खळखळतं होतं. या हिरव्या उन्हासारखं कोवळं आणि तरलही! रत्ना दहावी पास होईपर्यत रत्नाचं जीवन असंच होतं. ती दहावीची परीक्षा देऊन आली मात्र आईनं लग्नाची भणभण सुरू केली. तिनं अजूनही शिकावं असं वहिनीला वाटायचं. पण त्यावर आई म्हणाली होती. "शिकली इतकं तेच खूप झालं. आपला हा अडाणी समाज आणि व्यसनात बुडालेली आपली मुलं. कुठं शोधायचा चांगला मुलगा?" आईचं बोलणं ऐकून रत्ना दचकली होती. चांगला मुलगा! कसा असेल? कसाही असला, तरी अंकुश इतका चांगला असणं शक्यच नव्हतं. अंकुश! तिच्या घरालगतच रहाणारा. वयाने तिच्यापेक्षा मोठा. नेहमी पुस्तकं वाचत रहाणारा. रत्नाला अवघड गणितं सोडवून देणारा; हातामधल्या काकणाने कागदावर गोल काढून, त्याला डोळे काढून, रत्नाने सूर्याचे चित्र काढलं की त्याचं कौतुक करणारा...अंकूश! रत्नाच्या दृष्टीने तो सर्वात छान मुलगा होता. लहानपणी ठीक होतं. पण मोठं झाल्यावर त्याच अंकुशबरोबर बोलताना, आपण अवघडतोय का? ते रत्नाला समजेनासं झालं. मग तिनं त्याच्यासमोर जाणंच सोडून टाकलं. हातात बॅग घेऊन, नोकरीवर जायला तो निघाला की रत्ना त्याला खिडकीआडून न्याहाळू लागली. त्याची येण्याच्या, जाण्याची वेळ जपू लागली. वहिनीच्या ध्यानात ते आलं, तसं

वहिनीनेच हटकलं. ती म्हणाली,

"रत्नाबाय, अंकुश खूप चांगला मुलगा आहे. पण किती झालं तरी तो बामणाघरचा आणि आपण हे खोपटीत रहाणारे; राबून खाणारे. हं! आता शिकलो, सुधारलो तरी जात आणि समाज...थोडंच बदलणार? तरी पण आपल्या समाजातसुद्धा आता मुलं शिकून, सवरुन शहाणी होत आहेत. आपण असाच एक छान मुलगा शोधू हं!"

आपलं मन वहिनीनं ओळखलं, हे बघून रत्ना लाजली. पण मनातून उदासही झाली.

जात! काय असते ही जात? आणि समाज म्हणजे? या विचाराने ती आजूबाजूच्या समाजाकडे पाहू लागली. तिचे सारे नातेवाईक सुधारत होते. शिकत होते. पण अंकुशसारखं वागणं बोलणं एकाचंही नव्हतं. तिचं मन हिरमसून गेलं. आणि अशा मन:स्थितीत, एक महिन्यापूर्वी तिचं लग्न या वाडीमधल्या शानूबरोबर झालंसुद्धा होतं. दहावी पास झालेला, नोकरी करणारा शानू आई-वडिलांनी पसंत केला. त्याची एकुलती एक बहीण, रत्नाच्या गावी नांदत होती. तिने पुढाकार घेऊन हे लग्न जमवलं होतं. आणि आज रत्ना, शहरापासून दूर अशा या वाडीची सून झाली होती. शानूचं, ते खोपटीवजा घर बघून, रत्ना प्रथम हबकून गेली होती. वहिनी पण! रत्नाला धीर देण्यासाठी वहिनी म्हणाली खरी,"घरावर काय असतं? आपलं माणूस भेटलं की, हेच सोडवणार नाही."

पण हे म्हणणारी वहिनी मनातून घाबरली होती. काठी सारखी शुष्क अशी शानूची आई आवडा, त्या घरात रहाणारी बालविधवा अशी करमलआते आणि गूढगंभीर शानू, लग्नसमारंभात चूपचापणे वावरणारे गावकरी! मुलाच्या माणसांनी लग्नात काहीही मागणी न करताही, रत्नाच्या माहेरच्यांनी खुशीने, रत्नाला अनेक वस्तू दिल्या होत्या. शानूला चेन, स्कूटर, आंगठी, कपडे- शिवाय अलमारी, पलंग, शिवणयंत्र... कितीतरी भारी वस्तू घेऊन रत्नाची पाठवणी झाली. रत्नाच्या लग्नाला अंकुशही आला होता. एकटा नव्हे, तर त्याच्याशी विवाहबद्ध होणारी त्याची गुलछडीसारखी सुंदर मुलगी पण आली होती. सलवार कमीज घातलेली ती मुलगी हसली, तेव्हा तिच्या गालावरच्या दोन्ही खळ्यामधून ...आनंद ठिबकत उतरला.

रत्नाच्या डोळ्यामधून अश्रु टपटपत होते. केव्हापासून ती बसून राहिली होती. समाज, जात, शिक्षण यांचा अर्थ त्या मुलीला बघून प्रथमच रत्नाला समजला. ती मुलगी पण कॉलेजात शिकवत होती. चारा आणण्यासाठी पाखरं जोडीनं आकाशात उडतात, तसे ते दोघे जगणार होते. आणि उडण्यासाठी सारं आकाश समोर पसरलेलं होतं.

कुठं ते दोघे आणि कुठे आपण! उडणंच नव्हे तर साधं चालण्याचं बळही तिच्याठायी उरलेलं नव्हतं. तिच्या माथ्यावरच्या आभाळात काळे ढग दाटून आले होते. उन्हाच्या तिरीपीने हातामधला चुडा चमकत होता. तो चूडा बघून तिचं मन दचकलं. भूतकाळातून वास्तवांत आलं. लग्न लावून रत्नाला सासरी पोचवून दादा, वहिनी निघून गेले. घर शांत झालं. रत्नाचं मन एका वेगळया ओढीनं, उत्सुक झालं. लग्नानंतरच्या अनेक गोष्टी तिने ऐकल्या होत्या. दादा, वहिनीचा चोरटा प्रणयही तिच्या ध्यानी आला होता. रत्नाने अजूनही डोळे वर करून, शानूकडे पाहिलं नव्हतं. तो काय बोलेल? कसा वागेल.

पण शानूला पहाण्याची संधीच रत्नाला मिळाली नाही. कारण त्यानंतरच्या दोन दिवसांनी शानू कुणाला, काहीही न सांगता, जो गायब झाला होता, त्याचा पत्ताच नव्हता. रत्नासारखी गोड मुलगी, घरांत आली असताना असं गायब होणाऱ्या शानूवर घरदार चिडलेलं होतं. सारी वाडी चिडीचूप होती. शानूच्या गायब होण्याचं आश्चर्य वाटण्यापेक्षा, रत्नाचीच कणव सर्वांना वाटत होती. आजूबाजूची थंड कुजबूज ऐकून, रत्नाचा जीव भीतीने गोठून गेला होता. कुणी स्पष्ट बोलत नव्हतं...की कुणी त्याला शोधायला गेलं नव्हतं.

तिला लग्नात दिलेली अलमारी व शिवणयंत्र यांच्या आडोशाने, कोपऱ्यांत तिचा पलंग मांडून ठेवला होता. गुलाबी मॅटीवरच्या पडद्यावरची, रत्नाने भरलेली अक्षरे वाऱ्याने झुलत होती. "वेल-कम" ती अक्षरे बघून रत्नाला रडू फुटत होतं. रत्नानं पाहिलं, तिच्यापेक्षां वयाने थोडा मोठा असणारा एक उंच, काटकुळा मुलगा, लग्नापासून खूप धावपळ करत होता. तो धनू होता. रत्नाचा धाकटा दीर! आपल्याला एक दीर आहे हे तिला लग्न लागून या घरी आल्यानंतरच समजलं होतं. अशी कशी ही नाती...आणि हे लग्न? ज्याच्याबरोबर उभा जन्म काढायचा, तो कसा दिसतो, कसा आहे, हे ठाऊक नसतानाच जन्माचं बंधन स्वीकारायचं. सात पाऊलं, काळा दोर आणि ज्याचा अर्थही समजत नाही अशी ती शपथ...ती शपथ घेऊनही शानू गायब झाला होता. रत्ना मात्र बंधनात अडकली होती. आवडा आणि करमलआत्याच्या मध्ये निजलेली रत्ना रात्रभर अशी विचार करत असायची. रडावं असं वाटूनही रडू फुटत नव्हतं. गुलाबी मॅटीवरची "वेल-कम्" ही अक्षरं रात्रभर मागे पुढे होत असतं. एके दिवशी रत्नाला घरातली कुजबूज ऐकू आली. करमलआत्या आणि आवडाबरोबर धनू रागारागानं बोलत होता.

"उद्याच तिकडे जाऊन, थोबाडीत मारुन घेऊन येतो. घरात वहिनीला ठेवून, निघून गेला म्हणजे काय? लग्नाआधी तर सगळं कबूल करत होता, पण गेलाच शेवटी!" "हळू बोल धनू-हळू बोल. जातोय कुठं? येईलच परत" करमल आत्या हलक्या आवाजात म्हणत होती.

"तिकडे? म्हणजे शानू कुठे गेलाय, ते या सर्वांना ठाऊक आहे? मग हे स्पष्ट का बोलत नाहीत?" या विचाराने रत्ना दचकली. म्हणजे अचानक गायब झालेला शानू परत येणार होता. पण त्याच्या येण्याने रत्नाचे प्रश्न सुटणार नव्हते. तिच्या प्रश्नांना, शानू काय उत्तर देईल यावर तिच्या कथेचा शेवट होणार होता. त्या उत्तरांवरच तिचं सारं जीवन अवलंबून असणार होतं. पण रत्नाला उत्तरं मिळावी असं, नियतीला वाटत नसावं. कारण एक दिवस...

धनू खाल मानेने घरात आला होता. स्वयंपाकघरात थंड कुजबुजत ते तिघे बोलत होते. रत्नानं ओळखलं की काहीतरी आक्रित घडलेलं आहे. थोड्या वेळानं आवडा, बाहेरच्या सोप्यात आली. रत्नासमोर बसून ती म्हणाली,

"हे बघ बाय, नीट ऐक. शानूला एकाएकी कामासाठी म्हणून बेळगांवला जावं लागलं. आणि तिथंच तो सीक झाला. पोटात कळा सुरू झाल्या म्हणून, त्याला धनूनं वांबोळी इस्पितळात दाखल केलंय, औषधपाणी सुरू आहे. त्याच्या जीवाला जरा आराम पडला, की आपण, त्याला घरी आणू. बेळगावहून, तो गोव्याला परतला हीच सांतेरीमायेची कृपा. पोरी, तू माझ्या लेकीसारखी, तुला काय वाटत असेल मनातून? पण धीर धर. देवी माय, सगळं नीट करेल... शानू बरा होऊन परत येऊ दे बस्स! सगळं ठीक होईल."

आवडाला इतकं भरभरुन बोलताना ऐकून रत्नाला नवल वाटलं. एखाद्या शुष्क काठीसारखी आवडा, केसांच्या झिपऱ्या सावरत दरवाजाजवळ उभी असणारी म्हातारी आते आणि खिडकीपाशी खाली मान घालून उभा असणारा धनू. त्या तिघांना बघून काय बोलावं, हे रत्नाला समजत नव्हतं. चार भिंतीप्रमाणे ते चौघे, त्या खोलीत तटस्थ बसले होते. डोळे पुसून आवडा म्हणाली,

" रत्नाबाय, शेजारच्या मालीला घेऊन, आज संध्याकाळी तू सांतेरीमायला मागणं मागून ये. नारळ ठेवून, सांग तिला की शानू बरा होऊन आल्यानंतर, जोडीने ओटी भरायला येईन. देवा पाव रे सायबा, बापा हे अरिष्ट टाळ."

दोन्ही गालफडावर मारुन घेत करमल आते पुटपुटली. हलक्या पावलांनी धनू निघून गेला.

देवळाकडं जाताना, वाटेतच मालीचा हात धरून, रत्नाने कळवळून विचारलं, तसे मालीचे डोळे भरून आले. ती म्हणाली.

"पूर्वीच काहीच विचारु नकोस वहिनी,बस्स. आता मनापासून देवीला मागून घे. शानूभाऊ बरा होऊन येऊ दे. सगळं ठीक होईल."

"पूर्वीच? पूर्वीच म्हणजे?"

"आज काही विचारु नकोस वहिनी. एक दिवस सगळं सांगेन. आता इतकंच सांगते की पोरीचा जन्म खूप वाईट असतो. तुझं हे सगळं बघून, आता मलासुद्धा

भीती वाटतेय. कोण जाणे उद्या काय वाढूनं ठेवलं आहे. कधी कधी वाटतं, सरळ उठून जीव द्यावा.''

माली उदासपणे म्हणाली. तिच्याकडे बघून रत्नाचं मन चरकलं. दारुडा बाप. सावत्र आईचा जाच सोसत जगणारी माली. तिचं लग्न होणं खूप अवघड होतं. चांगला नवरा हवा असेल, तर मुलीच्या बापाकडे पैसा हवा. मालीचा कंगाल बाप हे सारं कुठून आणणार होता? रत्नाला मालीची दया आली. गेल्या काही दिवसात मालीनंच तिला सोबत दिली होती. धीर दिला होता.

रत्ना आणि माली देवीसमोर बसल्या होत्या. घाडी घुमत होता. नारळ फुटत होते. नवस मागितले जात होते. घरी आवडा, करमलआते न बोलता कामं करत होत्या. धनू हॉस्पिटलमध्ये ये-जा करत होता. सारं वातावरण उगीचच गूढ झालं होतं. रत्नाला त्या वातावरणाचा उबग येत चालला होता.

समोरच्या डोंगरावरच्या आभाळात काळा ढग अस्ताव्यस्त पसरला होता. त्याची काळी सावली हिरव्या, पिवळ्या डोंगरावरुन सरकत होती. झरीच्या काठावर बसकण मारुन, बसलेली रत्ना ती सावली बघत होती.

''वैनी,ए वैनी,वैनी ग...''

मालीच्या आवाजाने रत्ना दचकली. माली धावत येत होती. तिला मिठी मारुन हंबरडा फोडून माली म्हणाली,

'वैनी, नशीब फुटलं तुझं. शानूभाऊ आपल्याला सोडून गेला.''

आपण काय ऐकतो आहोत, तेच रत्नाला प्रथम समजेना, मालीच्या गळ्यात पडून रत्नाही रडू लागली. त्या संपूर्ण परिसरात, त्यांचे हुंदके भरून गेले. जलाशय अधिकच शांत व निश्चल झाला. त्या दोघी कितीतरी वेळ रडत होत्या. मालीनं रत्नाला शांतवत म्हटलं,

'चल वैनी, घरी चल.'

घर? ते घर आपले आहे? कधी आपलं झालं होतं? आपलं माणूस भेटलं की हेच घर आवडायला लागेल असं वहिनी म्हणाली होती.पण आपलं माणूस कधी भेटलंच नव्हतं. तरी मालीच्या आधाराने रत्ना घराकडे जाऊ लागली. दोघी एकाच वयाच्या.

पण दोघींचा भविष्यकाल अंधारुन गेला होता. केवळ चालायचं म्हणून मळलेल्या वाटेनं पाऊलं चालत होती.

मालीच्या आधाराने येणाऱ्या रत्नाला बघून वाडी चरकून गेली. घरात पाऊल टाकताच आवडा छाती पिटत रडू लागली. अंग चोरुन, रत्नानं आतल्या खोलीतला कोपरा गाठला. अंगाचं मुटकुळं करून, गुडघ्यात मान खुपसून ती रडत होती. माली तिच्या केसांवरुन मायेनं हात फिरवत बसून राहिली, सारं घर माणसांनी भरुन गेलं

होतं. थोड्या वेळाने बरंचस शांत झालं. पुरुषमाणसं शानूचं प्रेत आणण्यासाठी वांबोळीला रवाना झाली. मध्यरात्र होत आली. आवडा, करमलआते भिंतीलगत, पाय पोटाशी घेऊन, आडव्या झाल्या. फक्त मालीचा हात घट्ट धरून रत्ना ताठ बसून होती.

"माली, आता खरं सांग. काय झालं होतं पूर्वी? हलक्या आवाजात तिने मालीला विचारलं. तिच्याकडे बघत माली म्हणाली," होय वहिनी, आज सांगते, यानंतर काय करायचं ते तू ठरव. शानूभाऊचं पूर्वीच लग्न झालं होतं. एक मूल सुद्धा आहे म्हणे. ती बायको बेळगावला आहे. पण आता शानूभाऊला त्याची चूक कळली होती. त्यानं कबूलही केली होती. आता तो तिच्याकडे जात नव्हता. गेले वर्षभर तो इथंच होता. आता घरात मनासारखी बायको आली, म्हणजे तो घरात रुळेल असं बिचाऱ्या मामीला वाटलं होतं. म्हणून हौसनं लग्न लावलं; पण नाही, लग्न लागलं आणि शानूभाऊनं बेळगावची वाट धरली. त्या बाईनंच त्याला काही खायला घातलं म्हणे. तो गेला तो गेला, पण आता तुझं कसं होणार वहिनी? काय करशील तू?"

माली कळवळून रडत होती. ते ऐकून रत्ना सुन्न झाली.

त्याचं आधीच लग्न झालं होतं! म्हणजे, मग आपण कोण? आधी एकदा लग्न झाल्यानंतर पुन्हा घरात येते ती बायको की बाई? ज्या माणसाचं वागणं असं बिनभरंवशाचं होतं, त्याचा भरंवसा धरुन आपण या घरात आलो तरी का?

विचार करता करता रत्ना एकदम म्हणाली, "माली हे लग्न तरी त्यानं का केलं मग?"

"वैनी, तुझं माहेर श्रीमंत, तालेवार. तू येताना जे घेऊन येणार होतीस, ते सारं... या वस्तूसाठी हे लग्न लागलं. या वाडीनं हे असं श्रीमंती लग्न कधीच पाह्यलं नव्हतं. दोन वेळेच्या अन्नासाठी राबून, मरणारी माणसं आम्ही! आवडामामीला या वस्तूंची हाव सुटली होती आणि आईच्या जीवाला एक आशा असते ना?"

मालीचे शब्द अंधार चिरत होते. सार घर चिडीचुप्प होतं. त्या एका रात्रीत रत्ना खूप प्रौढ झाली. दादा वहिनीची लाडाची रत्ना एका रात्रीत पूर्ण बदलून गेली. पहाटे कधीतरी बाहेरच्या सोप्यात रडण्याचा गलका उसळला, शानूचा मृतदेह बाहेर आणून ठेवला होता. त्या पाठोपाठ, तिची वहिनी, तीरासारखी आत आली. तिच्या कुशीत रत्ना मुक्तपणे रडत होती. थोड्या वेळाने ती स्वतःच शांत झाली. हलक्या आवाजात म्हणाली.

"वहिनी, एक उपकार करशील? बघ, बाहेरच्या खोलीत आता, ज्याला आणून ठेवलंय ना? तो माझा कुणीही लागत नाही. त्याच्याजवळ बसायला, म्हणून आता मला बोलवतील पण मी जाणार नाही. तू मला पाठवू नकोस."

हे बोलणाऱ्या रत्नाकडे वहिनीने चमकून बघितलं. हिला वेड तरी लागलं नाही.

"त्या काय बोलतेस काय, तो तुझा नवरा आहे. त्याला शेवटचं बघून घे."

"नाही, मी जाणार नाही, सांगितलं ना? तो माझा कुणीही नाही."

रत्नाने जमिनीवर पालथं घालून घेतलं. वहिनीच्या मांडीवर डोक ठेवून ती पडून राहिली. ती दु:खानं निपचित झालीय असं सर्वांना वाटलं. वहिनी पुन्हा पुन्हा तिला समजावत होती.

"बाय, जे झालं ते झालं. नशीब फुटलं आपलं."

"अं. हं. नशीब फुटणार होतं. पण देवानं वाचवलं. सांगेन कधीतरी. पण आता तू माझ्या पाठीशी उभी रहा. मला बाहेर पाठवू नकोस. लोक काय म्हणतील, असं म्हणू नकोस. आता जे बाहेर जमलेत, त्यापैकी खरं कुणीच बोलणारं नाही. त्यांचा विचार करू नकोस. मला सांभाळून घे गं वहिनी?"

तिचे अश्रू जमीन भिजवत होते.

त्या बाईने शानूच्या जीवनात विष कालवलं होतं. आणि शानूनं तिच्या जीवनात. कारण नसताना, माणसं एकमेकांची जीवनं अशी उध्वस्त का करतात?

रत्नाला उत्तर सापडत नव्हते. शानू घरी परत आल्यानंतर रत्ना त्याला अनेक प्रश्न विचारणार होती. पण कोणत्याही प्रश्नाचं उत्तर न देता, शानू निघून गेला होता. रत्नासमोर प्रश्नच प्रश्न होते. या प्रश्नासमोर ती सुन्न बसून होती. दुसरे दिवशी अंकुश तिला भेटायला आला होता. रत्नाला बघून त्याचे डोळे भरुन आले. त्याच्याशी भांडणारी, त्याला उखाणे घालणारी ती रत्ना आणि आता त्याच्या समोर बसलेली, ही रत्ना... या पोरीला नियतीने खूप मोठा उखाणा घातला होता. तो इतकंच म्हणाला,

"रत्ना इथं राहू नकोस, परत ये. कॉलेजात नाव घालू. शीक तू. तुझं वयच आहे शिकण्याचं."

रत्ना खाली मान घालून बसली होती. मालीनं तिचा हात घट्ट धरला होता. तिसऱ्या दिवसाचं क्रियाकर्म धनूने पार पाडले. दादा, वहिनी, आवडा, करमलआते सारे पुढच्या सोप्यात बसले होते. धनू खिडकीपाशी उभा होता. घसा खाकरून, दादा म्हणाला,

"मामी उद्या बायला न्यावं म्हणतो."

दादाचं बोलणं ऐकताच आवडा सावध झाली. ती म्हणाली. "धनू, दरवाजा लावून घे पुरता. पाड पडले शेजारी, भिंतीला कान लावूनच बसतात. हे बघा भाऊ, जे झालं, त्यात आमचा दोष काहीच नाही."

"आम्ही तुम्हाला कुठं दोष देतोय? नशिब आमचं पण बायला इथं ठेवायचं नाही. या घराचा आणि तिचा संबंधच संपला. संपलं सारं."

करमलआतेचे डोळे विचित्रपणे चमकले. चिरक्या आवाजात ती म्हणाली,

"संबंध कसा संपेल? अहो, ती सून आहे आमची. लक्ष्मी, लक्ष्मी आहे या घराची."

"पण आता तुमचा मुलगा या जगांत नाही."

"ते खरं भाऊ. पण अजूनही काही बिघडलेलं नाही. शानू नाही हे खरं... पण हा धनू आहे. या धनूचं रत्नाशी लग्न लावू. आमची लक्ष्मी, आमच्या घरांतच राहील."

आवडा धूर्तपणे बोलत होती. रत्ना गेली, तर कधी नव्हे ते घरात आलेले ऐश्वर्य निघून जाणार होतं. त्या गरीबीनं, असं ऐश्वर्य; पूर्वी कधी बघितलंच नव्हतं. धनूला आईचा स्वार्थीपणा बघून चीड येत होती. रत्नालाही! तीरासारखी ती बाहेरच्या सोप्यात आली. शानू गेल्यानंतर आज प्रथमच आवडाच्यासमोर जाऊन ती बसली. म्हणाली,

"मामी नीट बघा माझ्याकडे. तुमचा मुलगा गेला. पण हा चुडा, हे कुंकू, मंगळसूत्र मी उतरवलं नाही. पण आज तुमच्या सर्वांच्यासमोर मी हे त्याच्या नावानं बांधलेलं मंगळसूत्र उतरवून ठेवतेय. लग्न म्हणजे, बाहुला-बाहुलीचं लग्न नव्हे. शानू गेला की धनूशी लग्न? आणि माझं काय? पूर्वी तुमच्या मुलाशी माझं लग्न लागलं, ते लग्न होतं? नीट माझ्याकडे बघून उत्तर द्या. त्याचं पूर्वीच लग्न झालं होतं, हे ठाऊक असताना, माझा बळी का घेतलात? ते लग्न नव्हतं- तर नाटक होतं. त्या नाटकामधल्या या वस्तूंचा मोह पडला तुम्हाला? ही अलमारी, यंत्र, पलंग यांच्याबरोबर तुमच्या मुलाचं लग्न लागलं होतं. माझ्याबरोबर नाही. आणि म्हणूनच मी विधवा नाही."

रत्नाचा आवेश बघून दादा, वहिनी थक्क झाले होते. जे ऐकत होते. त्यांवर विश्वास बसत नव्हता. पूर्वीच्या दुबळ्या, निष्पाप अशा रत्नांत एवढं बळ कसं आलं ते त्यांना समजत नव्हतं. वहिनीला मात्र रत्नाचं अपार कौतुक वाटत होतं. वहिनीनं रत्नाला जवळ घेतलं, ती आवडाला म्हणाली,

"मामी, खरं आहे हे सारं? त्याचं लग्न झालं होतं?" त्या दोघींनी उत्तर दिलं नाही.

"हे खरं आहे असंच ना? मग आम्ही पोलिस केस करू. पहिलं लग्न झालं असताना, दुसरं लग्न लावून देणं हा गुन्हा, फसवणुकीचा गुन्हा, या अश्राप मुलीचा मानसिक छळ केल्याचा गुन्हा"

पोलिसांच नांव ऐकताच दोघी म्हाताऱ्या जमिनीवर डोकं आपटून घेऊ लागल्या. वहिनीचे पाय धरून रडायला लागल्या.

"चल बाय इथं क्षणभर थांबू नकोस. फार सोसलंस ग!"

"थांब, वहिनी, जाता जाता एक करून जाऊ या." रत्ना म्हणाली,

तिने स्वयंपाकघरांमधून, मालीच्या हाताला धरून तिला बाहेर आणलं, ती म्हणाली,

"मामी, या घराची लक्ष्मी म्हणून मालीला घरांत आणा. धनूशी मालीचं लग्न झालं पाहिजे. तिचा बाप, लग्नांत अशा भारी वस्तू देऊ शकणार नाही. पण मी मालीची मोठी बहीण म्हणून माझ्या साऱ्या वस्तू मालीसाठी इथंच ठेवून जाते. सारं कोरं आहे. करकरीत नवं."

बोलता बोलता रत्नाला रडू फुटलं. दादा तिला जवळ घेऊन म्हणाला.

" मामी, आजपासून दहा दिवसांनी या घरावरचं सुतक संपेल. चौदाव्या दिवशी, याच सोप्यात ते लग्न लागलं पाहिजे, मी आणि रत्नाची वहिनी येऊ. जर लग्नाची तयारी नसेल तर आत्ताच सांगा. सरळ पोलिसांत जातो. "

पोलिसाचे नांव घेताच त्या दोघी रडू लागल्या. रत्नाला ते बघून वाईट वाटलं. रडणाऱ्या मालीला, तिने त्या दोघीमध्ये बसवलं. ती माली सर्व सावरणार होती. मालीवर रत्नाचा विश्वास होता. प्रेमही होतं. आवडाला आणि करमलआतेला, रत्नाने वाकून नमस्कार केला. आणि ती दादाला म्हणाली,

"दादा येऊ ना मी?" तिला थोपटत भरल्या गळ्याने दादा म्हणाला,

"चल बाये, चल." आपल्या दादा, वहिनीच्या आधाराने रत्ना त्या घराला पाठमोरी झाली. आवडा, करमलआते, धनू, माली दरवाजातून तिला पहात होते.

गेला महिनाभर स्तब्ध झालेला वारा, एकदम मोकळा होऊन वाडीवर झेपावला. त्या वाऱ्याने, अंगणामधल्या फणसाची पाने फडफडू लागली.

◆

सोनपुतळी

अमितचं अपघाती निधन होऊन महिना होत आला होता. पेडर रोडवरच्या अलिशान अशा 'अमित' बंगल्यावरची वर्दळ आता शांत होत आली होती. अमितच्या अकाली मृत्यूनं हळहळून गेलेले शेकडो लोक समाचारासाठी गेले महिनाभर येत होते. उद्योगपती अमित देवधर! एक उमदं व्यक्तिमत्त्व! छोटा उद्योजक म्हणून अगदी थोड्या भांडवलावर उद्योग क्षेत्रात उतरलेल्या अमितने बघताबघता, गरुड भरारी घेतली होती. आणि वेगवेगळ्या स्तरावरच्या अनेक उद्योगांचे जाळेच त्याने तयार केले होते. 'अमित इंडस्ट्रीज' या नावाने मुंबईच्या उद्योग वर्तुळात एक चांगली हवा निर्माण केली होती. खोपोलीसारख्या खेड्यामधल्या देवधरांचा अमित, मुंबईच्या उद्योजकांना भारी ठरला होता. भारताच्या सर्व मोठ्या शहरात, त्याची पंचतारांकित हॉटेल्स होती. त्या निमित्ताने मोठे नेते, कलावंत, पत्रकार, गायक; साऱ्यांशी त्याचा परिचय वाढला होता. त्याच्या घरी सर्वांची ये-जा होती. मंत्रीगणांच्या खाजगी बैठकी, गायकांच्या मैफिली, पत्रकार परिषदा या ना त्या कारणाने 'अमित' बंगल्याचे आऊट-हाऊस गजबजून गेलेले असे.

अमित देवधरचे कार अपघात निधन झाले ही वार्ता बाहेर आली मात्र! तेव्हापासून बंगल्यावर मुंग्यांसारखी माणसांची रीघ लागली होती. तेराव्या दिवसाचे क्रियाकर्म अमितच्या खोपोलीच्या पुतण्याने केले व ते सोपस्कार पूर्ण होताच, अमितचे वडील कर्नल देवधर अमितचा भाऊ व सर्व नातेवाईक पुन्हा खोपोलीला परतले होते. कर्नल देवधर, एक करारी वृत्तीचे सेवानिवृत्त आर्मी ऑफिसर होते. दोन्ही मुलांना उत्तम संस्कार, शिक्षण देऊन उभे केले होते. मोठा माधव पुण्यात व अमित मुंबईत स्थिरावले होते आणि स्वत: कर्नल देवधर आनंदाने खोपोलीला स्वत:च्या वास्तूत रहात होते. अमितच्या जाण्याचा तीव्र धक्का त्यांना बसला होता. सैनिकी वृत्तीच्या या कलंदर माणसाने तो धक्का चूपचापपणे सोसला होता; पण जाताना अश्रूंचा बांध कोसळलाच! दिवाणखान्यात हार घातलेल्या अमितच्या फोटोसमोर गदगदून हुंदका देणारे, कर्नल देवधर बघून सर्व नातेवाईक कासाविस

झाले होते. पण काही क्षणांतच कर्नलनी स्वत:ला सावरलं, एक एक करत सारेजण 'अमित' मधून बाहेर गेलं. सारा बंगला शांततेने भरुन गेला होता.

मित्रा! एकटी मित्रा... त्या बंगल्यात उरली होती. 'सुनबाई एकटं वाटून घेऊन नकोस, कधी पण हाक मार, कधी खोपोलीला ये, कधी पुण्याला. पुअरगर्ल! कसे काढशील सारे पुढचे दिवस'

मित्राला सासऱ्यांचे शब्द आठवत होते. त्यांनी तिला मायेने खोपोलीला बोलावलं होतं... पण तिनं मात्र त्यापैकी कुणालाही थांबवून घेतलं नव्हतं. तिनं म्हटलं असतं तर उज्ज्वल थांबला असता, आपल्या अमितच्या मनात होतंच. मित्राही ते जाणून होती. त्या दोघांना मूल नव्हतं. उज्ज्वल पुतण्या होता. पण मित्रानं ते समजूनही न समजल्यासारखं दाखवलं होतं. तिला कुणीच नको होतं. त्या अफाट वैभवाचा उपभोग ती, मुक्तपणे घेत होती. कधी कधी का? अनेकदा अमितचीही तिला अडचण व्हायची... तिथं उज्ज्वलला आपणहून घरी आणायचा मूर्खपणा ती कधीच करणार नव्हती.

आज त्या भव्य वास्तूत ती एकटी होती. अमितच्या साऱ्या वैभवाची एकमेव वारस! देशभर पसरलेली हॉटेल्स, अमितचं-तिचं क्रेडिट कार्ड, पासपोर्ट, अदबीने तिच्यासमोर वाकणारे अमितचे सारे ऑफिसर्स, 'तो' बंगला व असे अनेक हिल स्टेशन्सवरचे अनेक बंगले...वेगवेगळ्या मॉडेलच्या मोटारी, अनेक संस्थांचे मानद सदस्यत्व... आणि त्या सर्व वैभवाची मालकीण मित्रा देवधर!

दिवाणखान्यामधल्या जाडजूड कोचमध्ये रुतून बसल्यासारखी बसली होती. तेरा दिवस होऊन गेले होते. अमितचा छिन्न झालेला देह याच दिवाणखान्यात ठेवला होता. आणि त्याच दरवाजातून अंत्ययात्रेसाठी बाहेर गेला होता. मित्रा सुन्न बसली होती. भल्या मोठ्या चौकोनी दिवाणखान्यामधल्या साऱ्या उंची वस्तू तिला टकमका बघत होत्या. पाऊल टेकताच, इंचभर आत जाईल, असा गालिचा साऱ्या दिवाणखान्यात पसरला होता. देशी-परदेशी अनेक सुंदर गोष्टी रसिकतेने त्यावर मांडल्या होत्या. तो सारा अमितचा सोस होता. जे जे उत्कृष्ट त्यालाच तो हात लावत असे. त्यानं कौतुकाने लग्न करून आणलेली त्याची पत्नी मित्रा... ही पण अलौकिक अशी लावण्यवती होती. मित्रा कपूर! गिरगावमधल्या एका चाळीत वाढलेली मित्रा कपूर, अमितच्या दृष्टीस पडली मात्र... त्यानं तिचा ध्यासच घेतला. तिची वेगळी जात, तिचे आई-वडील, कर्नल देवधरांचा लग्नाला असणारा विरोध कशाचाही विचार न करता, अमितने मित्राशी विवाह केला होता. मित्रा कपूरची... मित्रा देवधर बनली होती.

अमितने तिच्या पायाखाली गुलाबाचे गालिचे अंथरले होते. सुखानं तिला न्हाऊ घातले होते. तिचं रुप शतपटीनं खुलून आलं होतं. अमितच्या हातात हात घालून

येणारी मित्रा देवधर बघताना सर्वांच्या हृदयाचा ठोका चुकत होता. चर्चेचा विषय होता. ती मित्रा देवधर...

दिवाणखान्यातल्या उंची कोचात बसली होती. समोरच्या भिंतीलगतच्या साईड बोर्डवर अमितचा भव्य फोटो ठेवला होता. निशिगंधाचा हार घातल्याने अमितचा चेहरा अधिकच वेगळा दिसत होता. फोटोच्या वरच मंद लॅंपशेडमधून त्याच्या चेहऱ्यावर प्रकाशाचे प्रतिबिंब झळकत होते. ते ऊंच कपाळ, धारदार नाक, हसण्यासाठी विलग झालेले ओठ, शुभ्र दात - हा अमित, आता पुन्हा दिसणार नाही.

पुन्हा त्याच्या प्रेमाच्या वर्षावात कधीच भिजता येणार नाही. आपल्या प्रत्येक पाऊलाखाली स्वत:चा तळहात अंथरणारा अमित! त्यानं जगामधली सारी दौलत आपल्यासमोर अंथरली.

जीवापलीकडे प्रेम केलं...

तो अमीत!

मरुन गेला?

आपण त्याला काही सांगणार होतो. ते ऐकण्यापूर्वीच अमीत गेला. या विचारानं मित्राच्या पोटात खड्डा पडला.

गेले पंधरा दिवस अवतीभवती माणसेच माणसे होती. एकटी अशी ती कधी नव्हतीच. एका तारवटलेल्या अवस्थेत पंधरा दिवस सरले होते. तिला रडू येत नव्हतं. धीरानं तिनं सारं निभावून नेलं होतं. आज प्रथमच जाणवलं होतं की एकटेपण किती भयाण असू शकतं.

तिच्या डोळ्यांमधून अश्रू वाहू लागले. मोठ्यानं रडावं...आक्रोश करावा... असं मनातून वाटत होतं पण हुंदका फुटत नव्हता. छातीत गुदमरल्यासारखं होऊ लागलं. ती घाबरुन उभी राहिली. टेबलावरचा थंड पाण्याचा ग्लास एका दमात तिने संपवला. ए.सी.रुम असूनही, तिचा चेहरा घामाने डवरुन गेला. कोचावर मान ठेवून ती रडत होती.

"अमित... अमित... एकदा परत ये."

"मी जे सांगणार आहे ते ऐक. तिरस्काराचा कटाक्ष टाक हवं तर...हवं तर थप्पड मार... हाकलून दे या घरातून... हवी ती शिक्षा कर, मी सोसेन, पण एकदाच ऐकून जा. अनेकदा सांगावं असं वाटत असायचं पण धीर झाला नाही. मला वाटायचं असेच दिवस जातील. पण तू अचानक हुलकावणी देऊन निघूनही गेलास!"

"क्षमा मागणार होते. चुकांची कबुली देणार होते. अनेकदा निश्चय केला होता."

"खरंच अमित! मी सांगणार होते तुला. पण वेळ आली नाही; आता जन्मभर

हा कोंडमारा मी सोसणार आहे. असह्य कोंडमारा!''

मित्रा रडत होती, बडबडत होती. अमितला ती नेहमी हसतमुख हवी असे.

थोडासा जरी चेहरा उतरलेला दिसला, तरी तो हजार प्रश्न विचारत राहायचा. आता यानंतर जन्मभर ती अश्रू ढाळत जगणार होती, कोणी नव्हतं तिच्या दु:खाने कासाविस होणारं ''अमीत, अमीत एकदाच ऐकून घे रे'' किती वेळ गेला होता कोण जाणे! मित्राच्या डोळ्यांमधून अखंड अश्रू टपटपत होते.

फोनची रिंग कितीतरी वेळ वाजत होती. फोन घ्यावा अशी इच्छा नसताना, नकळत हात लांब करून तिनं रिसिव्हर उचलला.

''हॅलो''

खर्जातला पुरुषी आवाज कानावर पडला. मित्रा दचकली. नाईलाजाने म्हणाली ''अंऽऽहॅलो''

''अरे इतका रडका आवाज? डार्लिंग खूप झाली रडारड. किती त्रास देणार त्या सुंदर डोळ्यांना? ते डोळे दु:खाचे प्याले भरण्यासाठी थोडेच आहेत? अरे त्या डोळ्यांची मदिरा पिऊन, आम्ही अजूनही बेधुंद आहोत. कम ऑन बेबी, आज संध्याकाळी येतोय भेटायला. अजून मी सांत्वनासाठी आलोच नाही. म्हटलं आज यावं. आता काही भीती नाही. रात्री उशीरा जाईन. ओ. के?''

त्याचा आग्रही पवित्रा बघून मित्रा गारठली, कशीबशी ती उद्गारली ''घरी नातेवाईक आहेत.''

फोनवरुन छद्मी हास्य कानात सळसळत शिरलं. ''ओ.के... ओ.के... जेव्हा एकांत असेल, तेव्हा फोन कर, किती झालं तरी तुझं अन्न खाल्लयं. तुझ्या पैशावर निवडून आलोय. ते कसं विसरणार? तुझी मर्जी असेल, तेव्हा बोलाव, अर्ध्या रात्री हजर होईन, चिअर अप यंग गर्ल हे दु:खाचं नाटक पुरे, अरे, आम्ही आहोत ना?'' मित्राने फोन खाली ठेवला.

'रास्कल' ती पुटपुटली खरी पण मन भीतीनं गारठून गेलं. आता अमित नव्हता. कसं थोपवायचं हे सारं? ज्या साऱ्याला ती जबाबदार होती. ते सारं, हौसेनं, आमंत्रण देऊन तिनं स्वत: ओढवून घेतलं होतं. कसला कैफ होता तो?

कोणती मस्ती, कशाची घमेंड, बेपर्वाई?

ती विचार करत होती, विचार करता करता आतल्या आत फुटत होती.

तो कैफ होता सौंदर्याचा.

ती मस्ती होती तारुण्याची.

ती घमेंड होती पैशाची...

मित्राला आठवत होतं. हा जगदीश- जो आज मंत्री बनला होता. अगदी प्रथम तो अमितला भेटायला आला होता. एक खेड्यामधला युवक. एक कार्यकर्ता!

खेडेगावच्या मोकळ्या वातावरणात वाढलेला, अंगापिंडाने भरलेला तांबड्या मातीचा राप चढलेला, तो युवक बघून, मित्राच्या काळजाचा ठोका चुकला होता.

"ही माझी पत्नी मित्रा"

अमितने ओळख करून दिली. मित्रा नुकती कुठं ह्या उच्चभ्रू वातावरणाला सरावत होती. तिच्या वागण्यात, बोलण्यात, मध्यमवर्गीय छाप कुठेही डोकावू नये याची अमित काळजी घेत होता. आत ती मित्रा देवधर होती. अमित देवधरच्या दर्जाला शोभेल असं तिनं वागायला हवं होतं. मित्रानं हलकेच हात पुढं केला. तसा तो युवक गडबडून गेला. त्यानं दोन्ही हात जोडून नमस्कार केला. अमीत गडगडून हसला. तो म्हणाला,"हीच तर खरी गोम आहे. मराठी माणसं याच कारणासाठी मागं रहातात. धीटपणा नाही. तो मध्यमवर्गीय बुरसटपणा नडतो प्रत्येकवेळी. मिस्टर जगदीश, तुम्हाला मंत्रीपदापर्यंत पोचविण्याची जबाबदारी माझी. तुम्ही असं कराल? माझे पर्सनल सेक्रेटरी म्हणून आजपासून जॉईन व्हा बरं! आमच्या मित्राला पण सोबत होईल. आधी सर्व वर्तुळ फिरुन घ्या. माझ्यासोबत थोडे दिवस राहिलात तर लगेच पॉलिश चढेल. मी शिकवेन कसा शिरकाव करायचा ते! फक्त त्यानंतरचं सारं कसब तुमचं. ओ.के.? मी चलतो. या आठवड्यात गावी जाऊन या. सारं आवरुन या. मित्रा यांच्या रहाण्याची सोय गेस्टरुममध्ये कर. जेवण आपल्याकडे! ठीक?"

अमित निघून गेला. हॉलमध्ये ते दोघंच होते. त्याला पाहताच मित्रा वेडी झाली होती. अमितच्या बाबतीतली गोष्ट वेगळी होती. तो मित्रासाठी वेडा झाला होता. मित्राच्या आई वडिलांनी त्यानंतर मुलीच्या भाग्याचे आडाखे बांधले. तिच्या पुढच्या भवितव्यांचे अचूक अंदाज घेतले. आणि मित्रानं अमितचं मन जिकांवं, असे प्रयत्न करून, मित्राचं शुभमंगल चटकन उरकूनही घेतलं. अमितनं मित्राला सारं सुख दिलं. मित्राही मोहरुन गेली होती.

पण मग आता जगदीशबद्दल जे वाटत ते नेमकं काय? त्या पागलपणाचा अर्थ तिला समजला नव्हता. पण पायाखालची वाळू निसटली होती. आणि तिचा तोल तिला सावरत नव्हता. कधी गेस्टरुममध्ये तर कधी बेडरुममध्ये... ती जगदीशला भेटतच राहिली. भेटण्याची ही ओढ तिनं प्रथमच अनुभवली होती. त्या ओढीचीच एक नशा तिला चढली. जगदीशच्या सोबतीनं जीवनाची नवीन रंगत ती अनुभवत होती. नाटकं, सिनेमा, गाण्यांचे कार्र्यक्रम, पंचतारांकितमधलं जेवण, एअरकडिशन्ड रुमस, त्यामधल्या मधाळ रात्री...

जगदीशच्या जीवनात तिच्या रुपानं सारं सुख अवतरलं होतं आणि जगदीशच्या रुपानं, तिचं अतृप्त मन, तृप्त झालं होतं. मुक्तपणे ती त्याच्यावर पैसा उधळत होती आणि तारुण्यही!

बघता बघता जगदीशचं एक नवं वर्तुळ तयार झालं. अमितनं जे जे मार्ग दाखवले होते ते सारं जगदीशनं खुबीनं चोखाळले होते आणि एक दिवस जगदीश मंत्री बनला. त्या दिवशी अमितनं मित्राला आनंदाने जवळ घेऊन म्हटलं होतं. "माझं स्वप्न खरं झालं मित्रा! एका धुळीच्या कणाचं सोनं झालं. जगदीश मंत्री झाला. माझा अंदाज खरा ठरला. एक मध्यमवर्गीय मराठी मुलगा आज कुठल्याकुठं पोचला, ही निर्मिती माझी आहे. माझी! या अमित देवधरची!"

जगदीशच्या सन्मानार्थ अमितने मोठी पार्टी आयोजित केली. ह्या पार्टीसाठी मित्राला त्यानं हिऱ्यांचा नेकलेस आणला. मित्राला समजत नव्हतं की हे काय घडत आहे!

या अमितला काहीच कसं समजत नाही?

ती नवल करत होती. पण त्यापेक्षा नवल वाटत होतं ते जगदीशचं! मंत्र्यांची खुर्ची व टोपी चढली मात्र, जगदीश पूर्ण बदलला. मित्रा भेटली की हात जोडून नमस्कार करु लागला. तिच्याकडे बघणं, बोलणं टाळू लागला.

अमित मात्र तिला अधिकच प्रेमाने वागवत होता. जगदीशचं प्रेम होतं आपल्यावर... पण खुर्चीवर बसताच ते प्रेम गेलं कुठं?

आणि आपणही जगतोच आहोत की! मधल्या काळात जे घडलं, ते विसरायचं असं ठरवून मित्रा जगत होती. पण जगदीश निघून गेल्यानं एक पोकळी निर्माण झाली. ती उदास राहू लागलीय हे पाहून अमितनं तिला युरोप टूरवर नेलं. त्या सर्व प्रवासात अमीत तिला खूष ठेवू पहात होता. आणि त्याचं वेडं प्रेम पाहून मित्रा आकसत होती.

हा कसला पुरुष? जो नेहमीच पड खाऊन तिला खूष करायला धडपडणारा? या प्रेमातली त्याची शरणागत अवस्था. नेमकी मित्रालाही तीच आवडत नव्हती. प्रेम जिंकण्यामधली नशा तिनं अनुभवली होती. ती झिंग अमितच्या सहवासात काही केल्या येत नव्हती.

मित्राचं मन असमाधानी होतं. ती घरात राहू लागली. गझल्स ऐकून वेळ घालवू लागली. आणि एक आवाज तिच्या कानांना सुखवू लागला. अनेक गोष्टी सुचवू लागला. मित्रा पुन्हा एकदा त्या आवाजानं वेडीपिशी झाली.

"तसा हा कुणी फार मोठा गझल गायक नाही. पण संधी मिळाली, तर जरुर मोठा बनेल, गुलाम अली सारखा." स्नेहा सांगत होती. स्नेहाच्या मदतीनं मग मित्रानं, त्या तरुण गझल गायकाचा पत्ता शोधून काढला. एक अप्रतिम लावण्यवती आपली चाहती म्हणून दरवाजात उभी राहील याची बिचाऱ्या गुलशनला कल्पनाच नव्हती. तिचं सौंदर्य, तिनं परिधान केलेली उंची वस्त्रे, आभुषणे, त्याच्या गरीब वस्तीत उभी असणारी तिची अलिशान मोटार आणि जोडीला, भिंतीचे कपटे

उडालेलं त्याचं दरिद्री घर!

"आप आए घर हमारे, खुदा की कुदरत है ", त्यानं कसंबसं म्हटलं, पण पुढचे शब्दच आठवेनात. मित्राच मग पुढे म्हणाली,"कभी हम आपको, कभी घरको देखते है!"

तिच्या शराबी नजरेनं, गुलशन पुरा घायाळ झाला. आजवर तो फक्त गझल गात होता, आता साक्षात गझल त्याच्या बाहुपाशात शिरली होती. तिच्या सौंदर्यावर, प्रेमावर आणि विरहावर तो नवीन नवीन गझल लिहित होता. लिहून घेत होता. त्याचं पूर्वीचं दरिद्री जीवन बदलून, त्याला आपल्या दर्जापर्यंत आणायचा मित्रानं चंग बांधला. शानदार वस्तीमधला अलिशान फ्लॅट, उंची कपडे, नोकर, फर्निचर, सारा खर्च ती मनमुरादपणे करत होती.

अमितची आणि गुलशनची तिनं एकदा ओळख करून दिली. त्या राजस्थानी युवकाकडे पाहताना अमीतची भुवयी आश्चर्याने वर गेली. अलिकडे मित्राच्या वागण्या बोलण्यामधला मधाळपणा, नाजूक बोलणं याचं कारण अमितच्या ध्यानी आलं. पण त्यानं दाखवून दिलं नाही. अगदी सुंदर रीतीने सजलेल्या गुलछडीसारख्या उंच-सडपातळ अशा मित्राकडे क्षणभर टक लावून बघत राहिला. डोळ्यात भरुन येणारं पाणी, घशात दाटलेला आवंढा, त्याने परतवला. तिला जवळ घेत अमित म्हणाला, "तुला आवडतेय ना यांची गझल? मग ती सुंदरच असणार. पण मित्रा यांचं खूप नाव व्हायला हवं. आपल्या साऱ्या हॉटेल्समध्ये सतत यांचे कार्यक्रम ठरवून दे. तिथं सर्व स्तरावरचे लोक येतात. नाव तर होईलच. पण मोठी लिफ्ट मिळूनही जाईल, कश्मीरपासून, दक्षिणेपर्यंत सर्वत्र कार्यक्रम ठरवून घे. जोरदार पब्लिसिटी करा. ऑफिसची मदत घ्या. ओ.के.गुड लक."

त्यानंतर अमितनं स्वतःच्या कामाचा व्याप वाढवला. जास्तीत जास्त वेळ तो परदेशात राहू लागला. मित्राशी फोनवरुनच बोलू लागला.

त्यानंतर गुलशनच्या नजरेत, गझलेत आभाळाचे सारे रंग उतरु लागले. जिथे जिथे त्याचा कार्यक्रम असेल, तिथे मित्रा जात राहिली. कधी दल सरोवरातल्या शिकाऱ्यात तर कधी मद्रासच्या फेसाळलेल्या सागर किनाऱ्यावर त्याची गझल रंगत होती. मित्रा त्यात पूर्ण भिजत होती.

अमित घरी असताना मात्र ती पूर्ण सावधपणे सर्व सांभाळून घेत असे. अमीतला खूष करण्याची सर्व तंत्रे तिला अवगत होती. आपल्या सौंदर्यावर तो पुरता पागल आहे हे ती समजून होती. आपल्या सौंदर्यानेच त्याला बंदिस्त करून ठेवत होती. सारं निभावून जात आहे यावर ती खूष होती. पण अलिकडे गुलशन भलताच डिमांडमध्ये आला होता. त्याचे चाहते आता शहरा-शहरातून पसरले होते. त्यात सिनेसृष्टीचं एक वर्तुळही होतं. गझलगायक आणि पार्श्वगायक म्हणून तो भलताच

लोकप्रिय झाला होता. त्याच्या गाण्याचा पहिला कॅसेट अलबम प्रसिद्ध झाला, त्याचं उद्‌घाटन अमीतच्या हातून गुलशनने केलं, त्यासाठी त्याने मोठी पार्टी आयोजित केली. त्या पार्टीने दाखवून दिलं की गुलशनकुमार आता मोठं प्रस्थ झालं आहे. विशेषत: मित्राला ते अधिक जाणवलं. तरुण वयाच्या सुंदर, आकर्षक तरुणींचा वेढा त्याला घेरुन उभा होता. सिने अभिनेते, अभिनेत्री सारे काही त्याच्यासमोर झुकून उभे होते.

पूर्वी गुलशनच्या घराच्या भिंतीना टक्के पडले होते, तसे त्या अति उच्च वातावरणात मित्रा एका कस्पटासमान उभी होती. हातात मद्याचा चषक घेऊन, सुंदर तरुणींच्या घोळक्यातला गुलशनकुमार मात्र तिची नजर टाळत होता. ती त्याच्या जगात आता नव्हतीच.

त्या रात्री अमितने मात्र तिला उत्कटपणे जवळ घेऊन म्हटले.

"आपण हात लावू त्याचं सोनं होत राणी."

मित्रा, मात्र...स्वत:च एक सोनपुतळी बनली होती. पुन्हा उदास राहू लागली. तिला खूष ठेवण्यासाठी अमित अधिकच प्रयत्न करु लागला.

हा कसल्या मातीचा घडलाय? याला समजत नाही का? वेड पांघरुन पेडगावला जातोय? मित्रा नवलानं विचार करायची.

"बाईसाहेब"

"अं?"

मित्रा दचकून म्हणाली, केव्हापासून त्या कोचातच रुतून बसली होती. डोळ्यांमधून अश्रू अविरत वाहात होते. आता अमित या जगात नाही. या विचाराने ती खोल खड्ड्यात रुतल्यासारखी बसली होती. स्वत: केलेल्या बेशरम कृत्याची तिची तिलाच शरम वाटत होती. तिच्या तारुण्याचा, पैशांचा मनसोक्त उपभोग घेऊन, पाठ फिरवून एक एक करून निघून गेले होते. ना तिचं प्रेम खरं होतं, ना त्यांचं ! मग खरं काय होतं?

अमितचं प्रेम? ते प्रेमच खरं असावं म्हणून ते क्षमाशील होत असावं, अमित! तोही आज या जगात नव्हता. त्यानेही पाठ फिरवावी?

या विचाराने तिला हुंदका फुटला.

"बाईसाहेब"

"अं"

रुपा उभी होती. अदबीने ती म्हणाली, "बाईसाहेब, बाहेर गुलशनकुमार भेटायला आलेत." पण हे बोलताना रुपाची नजर जमिनीकडे खिळली होती. गुलशनकुमारला पाहून रुपाला संताप आला होता. तो मालकिणीला दिसू नये म्हणून तिने मान खाली घातली होती. मित्राच्या लग्नाआधीपासून ती या घराची सेवा करत

होती. अमितनं तिच्या गरीब कुटुंबाचं कोटकल्याण केले होतं. अमितनं त्याच्या वडिलांच्या मर्जीविरुद्ध मित्राशी लग्न केलं हे खरं तर रुपाला मनातून आवडलं नव्हते. पण मित्रासारखी सुंदर मालकिण बघूनच रुपाचा जीव हरखून गेला होता.

अमितला सुखी करण्यासाठी आलेल्या नव्या मालकिणीला खूष ठेवण्यासाठी ती मनापासून धडपडू लागली. त्या घरामधली प्रत्येक वस्तू जागेवर असायची. प्रत्येक गोष्ट कलात्मक असायची, ती रुपामुळेच. त्या दोघांना रुपा सर्वतोपरी जपत असायची.

पण हळूहळू सारं विपरीत घडताना रुपाला दिसू लागलं. साहेब जास्तीत जास्त घराबाहेर राहू लागले. आणि बाहेरची माणसे घरात वस्तीला येऊ लागली. चूपचाप न बोलता खाल मानेनं रुपा सारं पहात होती. जगदीश, गुलशनकुमार, तरुण घोष, अमीनभाई, कुणी लेखक, कुणी वादक...सतत माणसं बदलत होती.

या साहेबांना काहीच कसं समजत नाही? सांगावं का? अनेकदा हा विचार मनात येऊनही रुपा गप्पच राहिली. काम करण्यामधला रस संपला, मित्राच्या नाही, पण अमितच्या ध्यानी ते आलं होतं. आता तर अमीत या जगात नव्हता. बाईसाहेब आणि ही अफाट संपत्ती! पुढचं सारं चित्र स्पष्ट होत होतं. आता गुलशनकुमारला बघून रुपाचा संताप उफाळून आला होता. पण ती किती झालं तरी नोकर होती. ज्या अमीतनं तिला इथं आणलं, तो अमितही जिवंत नव्हता. रुपा मित्रासमोर उभी होती.

“गुलशनकुमार? मित्रानं दचकून विचारलं, पदरानं डोळे पुसून घेत ती म्हणाली, रुपा त्यांना सांग, माझी तब्येत ठीक नाही; पुन्हा कधी या आणि येण्यापूर्वी फोन करून या.”

हा निरोप ऐकताच रुपानं चमकून बघितलं. बाईसाहेब कोचावर मान टेकून पडल्या होत्या, थकून गेल्या होत्या. रुपानं गुलशनकुमारला निरोप पोचवला मात्र...त्याने रुपाला बाजूला सारलं, आणि तो तडक दिवाणखान्यात घुसला. मित्राच्या शेजारी बसून जिला जवळ घेत म्हणाला “ओऽह प्यारी गुलपरी, ही काय हालत करून घेतली आहेस? बस्स झाला शोक! हे सारं करायचं असतं चार दिवस, समाजाला दाखवायला. ते नाटक तर संपलं आता. आता तू... तुझं हे अफाट वैभव... आणि मस्त जगणं मी ठरवलंय, तुला एकटं वाटू द्यायचं नाही. शहरात असेन तेव्हा तुझ्याकडेच रहायचं-तुला सारं वैभव, सुख द्यायचं. परदेशी जाताना तुलाही न्यायचं. तुला काही कमी पडू द्यायचं नाही. शेवटी आज जो कुणी मी आहे, तो तर तूच घडवलेला आहेस.”

मित्रा ताडकन त्याच्या मिठीतून दूर झाली. संतापाने ती थरथरत होती. “तुझी हिंमत कशी झाली मला हात लावायची? या घरात आलासच कसा?”

“का? यापूर्वी अनेकदा आलोय, अनेक रात्री आलोय, तुझं चंदनासारखं कोमल शरीर...”

''शट अप् बाहेर जा, चालता हो या घरातून... बेशरम, बेईमान... कुत्रा गेट आऊट.'' ती त्वेषाने ओरडली.

या अपमानाने गुलशन फड्या नागासारखा उभा राहिला. संतापानं धगधगत तो म्हणाला,''मी बेशरम! माझ्या मिठीत शिरताना तुझी शरम कुठे गेली होती? मी... बेईमान आणि नवऱ्याच्या पैशावर यार करणारी... तू इमानदार? आत्ता जातोय. पण मला माहित आहे की तू माझ्याखेरीज राहू शकणार नाहीस. तुला कैफ चढलाय तारुण्याचा तो उतरायला खूप वर्षे लागणार आहेत. म्हणूनच तुला माझी गरज लागणार आहे. हे कार्ड ठेव, फोन कर, येईन मी!''

मित्रासमोर कार्ड फेकून, गुलशन निघून गेला. बराच वेळ गेला.

हळूहळू रुपा तिच्या जवळ आली. थंड पाण्याचा ग्लास मित्रासमोर धरत म्हणाली, ''बाईसाहेब.''

रुपाच्या स्पर्शानं, मित्राचा बांध पुन्हा कोसळला, छाती फुटेल असा आक्रोश ती करु लागली. वयाने रुपा, मित्रापेक्षा कितीतरी लहान होती. पण त्याक्षणी मित्राला तिचा खूप आधार वाटला.

''रुपा, तू सर्व बघत होतीस, साक्ष आहेस तू ह्या सर्व दुर्दैवाची, असं कोणतं भूत स्वार झालं होत माझ्या मानेवर! अमित... अमित त्याला हे समजत कसं नव्हतं? त्यानं कसं सावरलं नाही मला? कसं मोकाट वागू दिलं मला? हाकलून द्यायचीच लायकी होती माझी! अमितच्या लक्षातच आलं नाही.'' मित्रा बोलतच राहिली.

रुपा दचकली. मित्रा स्वत: कधी असं कबूल करेल. ते पण एका नोकराणीकडे? हे शक्यच नव्हते. पण मित्रा बोलत होती. याचा अर्थ तिला खरचं कुठतरी, खोलवर घाव बसला होता. धीर करून रुपा म्हणाली, ''बाईसाहेब, साहेबांना सर्व माहिती होतं.''

''काय?'' मित्रा किंचाळली.

''तुला कसं ठाऊक?'' अविश्वासाने मित्राने विचारलं.

''बाईसाहेब हे पाणी घ्या. कोचावर बसा पाहू नीट. मलाही ते कधीतरी सांगायचेच होते.''

रुपाच्या मदतीने मित्रा कोचावर आडवी झाली. तिच्या मानेखाली उशी सरकावून, रुपा, खाली बसली.

''तिथं नको. इथं वर बैस माझ्याजवळ.'' रुपाचा हात घट्ट धरुन ठेवत मित्रा म्हणाली.

''बाईसाहेब, या घरात जे घडायचं ते साहेबांना सारं समजत होतं. घरी कोण येत..कोण जातं... सारं समजायचं. साहेबांची माणसं किती जुनी आहेत? तुमच्या

फोनच्या टेप्स यायच्या साहेबांच्या हाती. तुम्ही बाहेर जिथे कुठे जात होतात ते सारं त्यांना समजायचं, त्यांचा कारभार साऱ्या जागी पसरलेला. तुमचे फोटो यायचे साहेबांच्या हाती... '' रुपा सांगत होती. मित्राला भोवंडून जायला होत होतं. हात पाय गारठून गेले होते. मेंदू बधीर झाला होता.

"मी विचार करायची, पुरुष माणूस आणि मालक असूनही साहेब गप्प का? आमच्या समाजात असं घडलं, तर मुंडकं धडावेगळं करतात पुरुष... पण साहेब चुपचाप अश्रू गाळायचे. मला नवल वाटून रहायचं. पण कसं बोलणार? मी केवढीशी आणि ते किती थोर मी अश्रित पोर. माझी अक्कल केवढी? पण एक दिवस साहेब स्वत:हून बोलले. नकळत बोलून गेले. आठवतं बाईसाहेब साहेबांचा वाढदिवस होता. तुम्ही काश्मीरला गेला होता. त्या दिवशी परत येणार होता... पण आला नाही. खूप उशीरा रात्री तुमचा फोन आला--आठवतं.''

मित्राला सारं आठवत होतं. ती रात्र गुलशनसोबत फुलांनी सजवलेल्या शिकाऱ्यात घालवली होती. मनातून अपराधी भावना असतानाच गुलशनने तिला मिठीत घेतलं होतं. रात्री उशीरा फोन लागला होता. मित्रानं खूप सारवासारव केली होती.

"तुमचा फोन आला, आणि साहेब कोसळले, कधी नव्हे ते अनावर होऊन बोलले.''

"रुपा, मला खूप घमेंड होती की सर्वांना धुळीतून उचलून त्याचं सोनं करायचं, माझ्या हाताला यश आहे आणि पैसा आहे, तो जगदीश, तो गुलशन, तरुण घोष, अमीनभाय, असलम खान... सर्वांना मी धुळीतून उचललं, त्यांना मोठं केलं, त्यांना निर्माण केलं, या घमेंडीत मी जगू लागलो. पण मला एक शाप मात्र मिळाला, ज्याला हात लावेन त्याचं सोनं होण्याचा! म्हणून मित्रा... तिला बघितलं... आणि आयुष्यात प्रथमच प्रेमात पडलो. तिच्या घरची परिस्थिती... थकले आई-बाप, जुनाट घर आणि त्यात राजहंसाच्या डौलात वाढणारी मित्रा... मी तिला धुळीतून अलगद उचललं. सारं कसब पणाला लावून तिला घडवलं... पण हे शापित हात... त्या हातांनी मित्राला सोनपुतळी बनवली. मला हवी होती, हाडामांसाची, माझ्यावर प्रेम करणारी, जिवंत मनाची मित्रा... पण ती तर एक पुतळी आहे. पुतळ्याला भावना कशा असणार? आणि निर्जीव पुतळ्याला प्रेमही समजत नाही. मी तिच्यावर रागावत नाहीच. कारण, जिच्यावर मी प्रेम केलं... ती मित्राच उरलेली नाही. पुतळ्यावर कसं रागावणार? तरी ती घरी परत आली, की तिला जवळ घेतो, तिच्यात जान यावी म्हणून प्रयत्न करतो. पण नाही... या हातांच्या शापानं ती पुतळीच उरणार. एक एकदा वाटतं, फोडून टाकावी ही सोनपुतळी! पण पुतळी झाली तरी माझ्या मित्राची पुतळी आहे. निदान ती समोर असण्याचं एक सुख!''

"कधी कधी वाटतं. हे शापित हात आहेत. मग मी पुतळा का बनत नाही. पण

नाही, हा पण, ह्या शापाचा एक भागच आहे की मी मात्र माणूसच रहावं. या अनेक पुतळ्यांना निर्माण करणारा मी माणूस! म्हणून तर दुःख करतोय. जिवंत असेपर्यंत हे दुःख बाळगत जगण्याचा शाप आहे मला, तो मी मरणापर्यंत सोबत करणार!''

बोलता बोलता रुपा रडायला लागली, आवेगाने ती म्हणाली,''साहेब गेले, बाईसाहेब, शापमुक्त झाले.''

मित्रा काष्ठवत झाली होती.

''बाईसाहेब, काल तुम्ही जगदीशला इथं येऊ दिलं नाही. आज गुलशनला घालवून दिलं. कुठेतरी खूप बरं वाटलं. तरी पण बाईसाहेब यानंतर मला इथं रहावसं वाटत नाही. खूप दिवस राहिले या घरात. ज्यांनी मला इथं आणलं ते पण आज या घरात नाहीत. माझं मन लागत नाही. जागोजागी साहेब दिसतात. मला इथं रहायचं नाही. उद्या माझा भाऊ येणार आहे मला न्यायला. मला परवानगी द्या जायची.''

मित्रा काही बोलली नाही. मिटलेल्या डोळ्यातून उशीवर अश्रू मात्र गळत होते. रुपा हलकेच निघून गेली. सुन्न बधीर मित्रा कोचवर पडली होती. घड्याळाच्या लंबकाप्रमाणे विचारांची आवर्तने सुरू होती.

अमितला सर्व ठाऊक होते! तरुण, अमीन, असलम आणि अनेक... यांचा मोह का पडला होता हे तिला आज समजत नव्हते.

कुणाचा रांगडेपणा, कुणाचा आवाज, कुणाची मधाळ भाषा, कुणाची बुद्धिमत्ता, कुणाचं खानदानी वागणं... हे तर सारे एक एक तुकडे होते... मनुष्य स्वभावाचे. तो प्रत्येक तुकडा आपण पूर्ण समजून उचलला. मोहात पडलो तुकड्यांच्या! त्या तुकड्यांना विकत घेतलं, मिरवलं, उपभोगलं. पण तुकडाच तो! ठिगळ! आपल्या भरजरी वस्त्राला... आपणच ठिगळं जोडली आणि बेरुप केलं ते वस्त्र!

ना आपल्याला त्याची गरज होती. ना त्यांना आपली! आपण ते तुकडे उचलून कोंदणात मात्र बसवले आणि स्वतः एक चिंधी बनलो. भिकारी! आपल्या जवळ एक पूर्ण पुरुष होता. त्याच्याजवळ हे सारं होतं. स्वयंभू होता तो! मूर्तीमंत प्रेमाचा पुतळा! आपण ओळखलं नाही आणि धुळीतले तुकडे जवळ करत राहिलो.

आज काही उरलं नाही हाती! अमितनं इतकं सारं दिलं... त्याला फक्त अश्रू दिले. त्याला घटस्फोट घेता आला असता. समाजात आपली छी-थू झाली असती. त्यानं ते सारं टाळलं. स्वतः जळत राहिला. घर मला दिलं व स्वतः परदेशी झाला. निघून गेला. चूपचाप! हे घर म्हणजे कबर आहे. थंडगार कबर!

तिन्हीसांज झाली होती. रुपा एक एक दिवा पेटवत होती. जानूने घरभर धूप फिरवला, अमितच्या फोटोजवळ समया पेटवल्या.

मित्रा उठून बसली. भरल्या डोळ्यांना काहीच दिसत नव्हतं.

मित्रा देवधर! त्या घरात मित्रासारखी पत्नी असताना, अमित एकटाच जगला होता. संयम हा त्याचा जीवनसाथी होता. आणि त्या घरात अमितसारखा पती असूनही मित्रा एकटीच जगली होती. मोह हा तिचा जीवनसाथी होता.

अमित त्याच्या रस्त्याने निघून गेला होता. यानंतर आपण? आपण कुठे जायचं? स्वत: निमंत्रणे देऊन जी वादळे निर्माण केली होती, ती फार काळ बाहेर थांबणार नव्हती, तर जबरदस्तीनं घरात घुसणार होती. मित्रानं ठरवलंच असतं... तर त्यांना बाहेर घालवलं असतं, पण आता मित्राच कोसळून पडली होती. या गलितगात्र अवस्थेत हे घर बचावणं आवश्यक तर होतंच, कुणाचा तरी आधार हवा होता. तिला धीर देणारा, सावरुन नेणारा... या घरात अमितशिवाय जगणं निदान यानंतर तिला शक्य नव्हतं.

"बाईसाहेब, उठा रात्र झाली", रुपा अदबीने म्हणाली.

"रुपा उद्या मीपण खोपोलीला येते. तिथं बाबा आहेत. अमित गेल्यानं पार कोसळलेत. कर्नल आहेत. दाखवून देणार नाहीत. यानंतरचा सारा जन्म त्यांची सेवा करत जगेन. त्यांच्या सावलीत जगेन. कदाचित त्यानेच थोडं पापक्षालन होईल. त्यानेच अमितच्या जीवाला खरी शांती लाभेल आणि मीही शापमुक्त होईन."

मित्राचं बोलणं ऐकून, रुपा चकित झाली. बाईसाहेबांना पूर्वीच हे समजलं असतं तर?

रुपाला अमितच्या आठवणीने रडू आलं. ती चटकन मित्राच्या पायाजवळ जाऊन बसली.

"खरंच चला बाईसाहेब, बाबासाहेबांना कुणीतरी सोबत द्यायला हवीच. आता तुम्हीच आहात साहेबांच्या जागी!" रुपा म्हणाली.

"मी! मी अमित कशी होणार? मी सोनपुतळी! निर्जीव; भावना नसलेली!" मित्राच्या मनात आलं. ती इतकंच म्हणाली, "उज्ज्वल... उज्ज्वलच सांभाळेल हे घर, हा पसारा. त्याला इथं आणायचं अमितच्या मनात होतं. त्याला बाबांची काळजीही होतीच. या निर्णयानं अमित सुखावेल, त्याची मित्रा माणसात परत येतेय, यानेही तो सुखावेल."

अमितच्या फोटोसमोर मित्रा उभी होती. फोटोमधला अमित मनापासून खरंच हसत होता की, मित्रालाच तसं वाटत होतं?

रुपा मात्र समाधानानं ते दृश्य बघत होती.

◆

वंशपरंपरा

संजयचं आज पत्र येणार हा बीनाचा अंदाज होता. अमेरिकेला गेल्यापासून या वर्षभरांत त्याची रोडावलेली पत्रांची संख्या अलिकडे वाढलेली बघून मम्मींचा जीव सुखावतो आणि त्यांच्या आशेला कल्पनेचे पंख फुटतात, संजयच्या येण्यानंतर करण्याच्या अनेक गोष्टींची त्या पुन्हा पुन्हा उजळणी करत बसतात, हे बीना बघत होती. आणि नेमकं तेच बीनाला नको होतं. संजय आणि बीनांत जो पत्रव्यवहार सुरू होता... त्यांमधला मजकूर मम्मींना समजू नये, म्हणून तिनं तो सारा पत्रांचा खजिना अगदी तिच्या स्वत:च्या सेफमध्ये लपवून ठेवला होता. त्यातला मजकूर फक्त तिचा स्वत:चा होता. व्यक्तिगत! तो मम्मी अगर मंजू यांना सांगून घरचं वातावरण तिला दु:खी करायचं नव्हतं. ते तसं ती कधी होऊ देणारही नव्हती. म्हणूनच...

संजयचं पत्र येण्याच्या वेळी ती अंदाजानं अधीच पोस्टमनची वाट बघत घराच्या दाराच्या आसपासच थांबत रहायची. पत्र आलं तरी मम्मींना न सांगताच परस्पर ते घ्यायची आणि जर योगायोगानं त्यावेळी मम्मी तिथं आल्याच तरी पत्रांत नसलेला खुशालीचा, आनंदाचा वृत्तांत ती सांगायची. हे असं सर्व करताना, तिच्या मनांवर प्रचंड ताण येत असे. पण ती स्वत:सुद्धा एका वेगळ्या मानसिक तणावाखाली अलिकडे वावरत होती. अलिकडे?... अलिकडे का?

अचानकपणे तीन वर्षापूर्वी संजयने अमेरिकेला जायचा निर्णय जाहीर केला, त्यावेळी... पण त्यापेक्षाही त्याने अमेरिकेला जाण्याची सर्व तयारी कुणालाही न सांगता केली आहे, हे बीनाच्या ध्यानी आलं... त्याचवेळी ती खरी हादरुन गेली. चांगला तेजीत चाललेला कारखाना, त्या धंद्याला भविष्यकाळात असणारे उज्ज्वल भवितव्य, चांगला मांडलेला संसार, बीनासारखी सुसंस्कृत पत्नी आणि मंजूसारखी गोड मुलगी, आशीर्वाद देणारी प्रेमळ मम्मी, समाजामधलं प्रतिष्ठेचं स्थान... हे सारं सोडून संजयनं तडकाफडकी अमेरिकेत नोकरी पत्करली याचा धक्का बीनाला बसला होता. पण त्यावेळीसुद्धा मम्मी आणि मंजू यांच्याकडे बघूनच तिला सर्व सावरुन न्यावं लागलं. तीन वर्षे झाली होती त्या घटनेला...

एका वर्षात परत येण्याचं आश्वासन देऊन गेलेला संजय तीन वर्षे झाली तरी परत येण्याचं नाव घेत नव्हता. आधी प्रत्येक आठवड्याला एक या गतीनं येणारी पत्रं बंद होत होत, मग मधून मधून फोन येऊ लागले. गेले वर्षभरांत तर फोनही क्वचित येई. मम्मीच्या काळजानं ठाव सोडला होता. अनेक देव देवतांना नवस बोलून झाले होते. संजयची पत्रिका अनेक ज्योतिषांना दाखवून झाली होती. त्यानुसार मम्मीच्या देवघरांमधल्या देवांची संख्या वाढत चालली होती.

"संजय कधीच परत येणार नाही" हे कठोर सत्य मम्मींना एकदा समजून सांगायला हवंच होतं. मंजूला आज ना उद्या ते कळणार होतंच. तिचं समजूतीचं वय येईपर्यंत बीना वाट बघणार होती. पण मम्मी... त्यांना कसं सांगावं? त्या तो धक्का कसा सहन करतील याचा विचार करता करतानाच बीनाला स्वत:चा विचार करायला वेळही नव्हता.

जे घडत होतं, ते अनाकलनीय होतं. अगदी काल परवापर्यंत तरी सारं सुरळीत सुरू असताना, अवचितपणे संजयनं पवित्राच बदलला. माणसं अशी तेढी का म्हणून वागत असतील? आपला स्वत:चा नवरा संजय... ज्यानं प्रेमानं आपल्याला पसंत करून लग्न करून या घरात आणलं. तीन वर्ष सुखानं संसार केला... आणि एके दिवशी सकाळी... मागचा कुणाचाही विचार न करताच हा देश सोडूनही गेला? हा आपला जीवनसाथी? शरीर, मनानं ज्याला आपण सर्वस्व मानलं... तो संजय आपला पती... आपल्याला तो समजलाच नाही. मग आपल्याला काय समजलं?

पोस्टमनची वाट बघता बघता बीना विचार करत होती. आज पत्र नाही पण मागच्या पत्रांतून संजयनं पाठवलेला डायव्होर्सचा प्रस्ताव बीनाच्या नजरेसमोर दिसत होता. नोकरीत प्रमोशन मिळाल्याची बातमी कळवावी तसं संजयनं तिला कळवलं होतं.

"बीना, आय ॲम इन लव्ह. मला लग्न करायचं आहे. प्लीज हेल्प मी. फरगिव्ह मी."

संजय प्रेमांत पडला होता आणि हे तो, पूर्वी प्रेम करून लग्न केलेल्या पत्नीला सांगत होता.

प्रेम!

बीना स्वत:शी हसली. कारण अशा मूर्ख माणसावर प्रेम करण्याचा मूर्खपणा तिनं स्वत:ही केला होता. पण ते प्रेम तिनं ताकदीनं निभावून नेलं होतं. पण यानंतर?

तिला त्या प्रश्नाचं उत्तर सापडत नव्हतं. खरं तर त्या पत्रांच्या चिंध्या करून फेकून द्यायला हव्या होत्या. उत्तर न देता... ते मूर्ख प्रेम पार अमेरिकेत फेकून द्यायला हवं होतं. या देशाच्या बाहेर, या घराबाहेर आणि जीवनाबाहेर... पण मम्मी...

या विचाराशीच ती थबकली होती. मम्मी! खरं तर संजयची आई पण त्या स्त्रीला बीनाच्या जीवनांत फार मोठं स्थान होतं. गेली सहा वर्षे... नव्हे त्यापूर्वी जेव्हा मम्मी बीनाला प्रथम भेटल्या होत्या. तेव्हापासून... त्या पहिल्या भेटीपासून... मम्मी आणि बीना यांच्यामध्ये एक अतूट धागा निर्माण झाला होता.

तो दिवस बीनाला आजही आठवत होता. बीना आणि संजय एकमेकांच्या प्रेमांत पडले होते. बीनाच्या आई वडिलांना संजय पसंत होता. पण संजयच्या घरचा इतिहास फार विचित्र होता. तिथं बीनाच्या घरचे लोक विचारांत पडले होते. संजय सांगत होता,

''बीना, आपण प्रेम करतो इथवर ठीक आहे. पण लग्न... तुझ्याशी लग्न करताना मला दहावेळा विचार करायला हवा.''

''का रे? मी काय लंगडी आंधळी आहे की काय?''

''तसं नाही बीना. पण तुझे आई वडील या लग्नाला संमती देणार नाहीत हे मी सांगतो.''

''पण का?''

''ऐक बीना, माझे बाबा आणि मम्मी वेगळे रहातात. आणि मी बाबांजवळ रहातो.''

''अरे, असतं अनेक घरांत असं काही वेगळं!''

''पण तेवढंच नव्हे. मी बाबांजवळ रहातो आणि त्या घरांत ती आहे.''

''ती?''

''हं! आन्टी म्हणतो मी तिला. पण खरं तर ती बाबांची लग्नापूर्वीची प्रेयसी. तिचं लग्न दुसऱ्या कुणाशी झालं होतं. विधवा होऊन परत आली. आणि यांचं प्रेम नव्यानं सुरू झालं. बिचारी मम्मी! तिला सोडून बाबांनी दुसरं घर केलं आणि तिच्याबरोबर रहायला लागले. वर्षभरानं मला घेऊन गेले. मम्मीचा विचारही त्यांनी केला नाही. सुरवातीला तर मला तिला भेटताही येत नसे. खूप रडायचो मी! पण आता जसा मोठा झालो तसा मम्मीकडे जायला लागलो. आता बाबांचा विरोधही नाही. कारण आता ती नाही. वारली.'' थोडं थांबून संजय म्हणाला,

''तशी ती वाईट नव्हती. पण तिनं माझ्या आईला जे दुःख दिलं त्याचा राग माझ्या मनांतून कधीच गेला नाही. तिनं माझ्यावर प्रेम केलं. बाबांना सुखात ठेवलं. पण माझी मम्मी... ती मात्र दुःखानं पिचून गेलीय. लग्न करून यानंतर मम्मी बरोबर रहावं. तिला आनंदात ठेवावं असं वाटतं पण बाबा... त्यांना या वयांत एकटं कसं सोडणार? म्हणून सांगतो बीना, तू या भानगडीत पडू नकोस, आमचं घर खूप विचित्र घटनांनी भरलेलं आहे. तुला झेपणार नाही.'' ते ऐकून बीना हसली. ती म्हणाली,

"कोण जाणे? कदाचित आपल्या लग्नानंतर कांही चांगलं घडेलही! सांग. आधी कुणाला भेटवतोस? बाबा की मम्मी?"

"मम्मी."

उत्सुकतेनं बीना मम्मींना भेटायला गेली. हे तेच घर होतं. जिथं मम्मींनी हुरुपानं संसार मांडला होता. प्रेमानं तो आजवर जपला होता. नवऱ्यानं प्रतारणा केली होती. पोटचा मुलगा हिरावून नेला होता. तरीसुद्धा त्याच गावांत राहून मम्मीनं ते घर उभं ठेवलं होतं. मधल्या काळात समाजाने कोणते प्रश्न विचारले नसतील? आणि मम्मीनी कितीही सावरुन न्यायचं ठरवलं असलं तरी समाजाचे प्रश्न आणि त्यांची उत्तरे... सारं नाट्य त्या गावातच तर घडत होतं. पण मम्मींनी मनाचा तोल समतोल राखला होता. सारं काही पदराआड झाकायचा प्रयत्न केला.

आपल्या मुलाबरोबर आलेली मुलगी ही या घरची होणारी सून आहे, हे मम्मींनी तिला पहाताक्षणीच ओळखलं. बीनाला बघून मम्मीचा चेहरा समाधानानं उजळून गेला. प्रेमानं तिला जवळ घेत त्या म्हणाल्या,"गोड आहेस तू. अगदी जशी मी कल्पना करत होते तशीच आहेस. सुखी रहा."

"पण मम्मी." संजय अडखळत म्हणाला.

"मम्मी, लग्नानंतर आम्हा दोघांना तुझ्याजवळ रहायचं आहे."

"काय?" आश्चर्यानं मम्मी उद्गारल्या. नंतर गंभीर होत त्या म्हणाल्या,

"संजय, तूं कुठे रहायचं हे फार पूर्वीच ठरलंय. यांत बदल नाही. बदल करायचाच तर ज्यांनी तुला या घरातून नेलं त्यांनी तो बदल करायचा आहे. मी नाही किंवा तू ही नाहीस."

"का मम्मी? आता मी मोठा झालोय. सज्ञान आहे. एखादी वस्तू उचलून न्यावी, तसं ज्यावेळी मला घरांतून नेलं, तेव्हा मी एक लहान मुलगा होतो. तुझ्या आठवणीनं, त्यावेळी मी रात्रीच्या रात्री रडून काढल्या आहेत. किती एकटी राहिलीस ग मम्मी आयुष्यभर. पण आता नाही! आम्ही तुला असं एकटं सोडणार नाही. राहू दे आता बाबांना एकटं!"

त्यांचं बोलणं ऐकताना बीना रडू लागली. असे जगावेगळं तिनं कधी ऐकलंच नव्हतं. मम्मीपण गहिवरल्या... पण स्वत:ला सावरुन म्हणाल्या,

"एकटं? या वयांत त्यांना एकटं सोडणार? त्यांना सवय नाही एकटं रहाण्याची. आणि संजू, जो अन्याय त्यांनी केला तो माझ्यावर, पण तुला काही कमी पडलं?"

"कां? आईच प्रेम कमी पडलं नाही? काय अधिकार होता त्यांना ते प्रेम हिरावून घेण्याचा?"

पण हे बोलणाऱ्या संजयला आठवत होतं की त्याचे बाबा त्याच्यावर आईसारखीच

माया करत होते. त्याला फुलासारखं जपत होते. त्याच्याशिवाय एकटे राहू शकणार नव्हते.

"म्हणून सांगते संजू, आता या वयांत त्यांना दुखवू नकोस. आधीच ते एकटे आहेत. मनातून कितीही काही वाटत असलं, तरी ते कबूल करणार नाहीत. मानी आहेत आणि हट्टी पण! तुम्ही लग्नानंतर कुठं रहायचं हा प्रश्नच नाही. जिथं तू आज रहातोस ते घर सोडून इथं येण्याचं काही कारणही नाही. मला सवय आहे. हा विषय त्यांच्यासमोर काढूही नकोस. ते जो निर्णय घेतील तो योग्य असेल. जा. तुमचा निर्णय आनंदाने त्यांना सांगा."

मम्मींना बघून बीना आवाक झाली. आयुष्यभर त्या स्त्रीनं चुपचाप अन्याय सोसला होता.

तो तिचा दुबळेपणा होता... की...?

तीच शक्ती होती तिची?

इतक्या वर्षानंतरही तिचं मन तसंच होतं.

निरागस! लहान मुलासारखं.

आणि इतकं दुःख पिऊनही... त्याची एक पुसटशी खूणही तिच्या चेहऱ्यावर नव्हती.

पूर्वी कधी दिसत असेल... तशीच सुंदर ती आजही दिसत होती.

या स्त्रीला सोडून बाबा ज्या दुसऱ्या स्त्रीत गुरफटले ती स्त्री मम्मीपेक्षा मोठी असणं शक्य नाही.

शिवाय मम्मीला त्यांनी देवाब्राह्मणांच्या साक्षीनं स्वीकारलं असताना...

हा जो तिच्यावर अन्याय करणारा पुरुष... त्या पुरुषाच्या घरांत... यानंतर आपण आपला संसार मांडायचा?

या कल्पनेनं हादरलेली बीना संजयबरोबर बाबांना भेटायला गेली. त्यांनी दिलखुलासपणे बीनाचं स्वागत केलं. संजयचं अभिनंदन करताना ते म्हणाले,

"पहिलं" प्रेम हेच खरं. ते प्रेम सफल होणारे भाग्यवान असतात. हेवा वाटतो मला तुमचा.

बीनानं चमकून त्यांच्याकडे बघितलं.

त्यांचं असफल झालेलं पहिलं प्रेम... जे हातून कधी निसटून गेलं होतं... ते तेढया मार्गानं का असेना, बाबांनी पुन्हा मिळवलं होतं. त्यासाठी एका स्त्री वर अन्याय केला होता. एका बाल जीवाला आईपासून तोडलं होतं. बीनाला ते सर्व समजून घेणं खूप अवघड झालं होतं.

मम्मीनं म्हटल्या प्रमाणेच...

बाबांनी त्या दोघांचं लग्न थाटांत लावून दिलं होतं. हनिमूनसाठी कौतुकानं

स्वित्झर्लंडला पाठवलं होतं. कारखाना संजयच्या हाती सोपवला होता. त्यामधल्या अकौंट विभागाची जबाबदारी बीनाला दिली होती. आणि ते स्वत: मजेत रहात होते. या संपूर्ण काळांत मम्मीचं नावही त्यांनी घेतलं नव्हतं. तशीच त्यांची उणीवही भासू दिली नव्हती.

बीना बारकाईनं बाबांना बघत होती. मुलांच्या संसारात ते रमलेत असं वाटत होतं. पण खरंच तसं होतं का? कारण अनेकदा बीनानं त्यांना एकटेच उदासवाणे असं पाहिलं होतं. अनेकदा ते झुलत्या आरामखुर्चीत विचार करत बसलेले बीना बघत होती.

कोणता विचार करत असतील ते?

कुणाचा?

त्यांच्या प्रेयसीचा की जिच्यावर अकारण अन्याय केला त्या मम्मीचा?

पश्चाताप... कधीतरी होत असेलच. बीनाला ते कोडं सुटत नव्हतं. पण एक गोष्ट खरी होती की त्या दोघांनाही बीनानं आपलसं केलं होतं. बाबा आणि मम्मीच्या दुराव्याकडे दुर्लक्ष करून बीनानं मात्र दोन्ही घर आपलीशी केली. तिच्या छोट्या छोट्या गोष्टींचं दोन्ही घरी कौतुक व्हायचं. तसंच तिचे सारे हट्टही मानले जायचे. या मधल्या काळांत तिचे आई वडील भावाकडे पठाणकोटला निघून गेले. त्याचं दु:ख बीनाला जाणवलंच नाही. आता तिचं सासरच तिचं माहेर बनलं होतं. आईच्या जागी मम्मी होत्या.

तशांत बीनाला दिवस गेले. बीनानं पाहिलं, ते समजल्यापासून बाबा तिला खूप जपत होते. "घरी बाईमाणूस नाही" असं वारंवार म्हणू लागले. डोहाळकरीण म्हणून मम्मीच्या घरुन येणाऱ्या डब्यांतून अलिकडे बाबांची आवडती भाजी येई. पानांत वाढलेली भाजी बाबा मुकाट खात होते.

"खाल्लं का ग त्यांनी?"

मम्मीच्या घरी गेलं की मम्मी विचारत. दिवसें दिवस दोघांमध्ये पुन्हा एक नाजूक भावबंध निर्माण होत चालला होता. बीनाला आतून कुठंतरी खूप बरं वाटत होते. पण त्याचवेळी अनेक गोष्टींचं नवल वाटत असे.

ते दोघेपण किती चांगले होते. मग बाबांना पहिल्या प्रेमाची आठवण तरी का आली?

घरदार सोडून परक्या स्त्रीला सुखी करावं... इतकं ते प्रेम श्रेष्ठ कसं ठरलं?

आणि आता या मम्मी... इतकी वर्षे वांछित जीणं जगून पुन्हा नवऱ्याला डबे पाठवत आहेतच. त्यांच्या एकटेपणाची काळजी वाहताहेत. अशा कशा या बायका? यांना कणाच कसा नाही? स्वाभिमान, व्यक्तिमत्व हे अवघड शब्द त्यांच्या अंकलिपीत कधी नसावेतच.

एकदा, तिनं मम्मींना विचारलं होतं, ''मम्मी, समजा बाबांनी तुमच्याकडे घटस्फोट मागितला असता तर? दिला असता?'' ''हो, सहज दिला असता. अगदी सहजपणे मम्मी उत्तरल्या.

''काय?''

बीना किंचाळली. ''असं बघ बेटी, त्या कागदावरच्या सहीवर काय अवलंबून असतं? एका खोलीत दोघे जण सुखानं रहाणं शक्य नाही, हे आलं की मग जन्मभर त्या खोलीत भांडत जगायचं? की एकमेकांचं उणं दुणं काढत? त्यांत काय सुख? स्वत: तर जळायचंच आणि दुसऱ्याला घुसमटत ठेवायचं. त्यापेक्षा एकानं बाहेर जावं. दोघांनी वेगळ्या खोल्यात जगावं. आता कायदा वारसा! आता मला एक सांग, संजू हा माझाच मुलगा ना? की एका सहीनं तिचा होईल?''

''पण मम्मी, त्यापूर्वी त्यांनी तुम्हाला एकदा काहीतरी सांगायला हवं होतं ना? की न सांगता मुलाला घेऊन घरदार सोडून निघून जायचं? मी नसतं सोसलं.''

''असं? काय केलं असतंस?'' मम्मीनी हंसून विचारलं.

''का? कोर्टात गेले असते. आवाज उठवला असता.''

''त्यानं काय मिळालं असतं?''

''का? न्याय मिळाला असता.''

''आणि तो न्याय जवळ बाळगून तू सुखानं जगली असतीस. होय ना?''

''हो.''

मम्मी हसल्या, त्या म्हणाल्या,

''अं हं. त्यापेक्षाही जास्ती मी सुखानं जगले. त्यावेळी त्यांना मला काही सांगण्याचं धैर्य नव्हतं. आणि आजही ते धैर्य नाही. मी मात्र स्वच्छ मनानं त्यांच्यासमोर उभी राहीन. बघशील.''

आणि खरचं तसंच घडलं.

बाळंतपणासाठी म्हणून बीना मम्मींकडे आली आणि नातीला बघायला म्हणून बाबा एकदा जे या घरात आले ते पुन्हा स्वत:च्या घरी परतलेच नाहीत. थोडे दिवसांनी थोडं थोडं करत, त्या घरामधलं सारं सामान या घरात आलं. टेरेसवर एक मोठी खोली बांधवून घेतली गेली. शेवटचा श्वास बाबांनी त्या खोलीत मम्मीच्या मांडीवर डोकं असताना सोडला.

पाच वर्षे लोटली होती त्या घटनेला. मम्मींनी तो आघातही संयमानं पचवला. नातीच्या, सुनेच्या कौतुकात त्या रमून गेल्या, बाबा त्या घरी होते... तेव्हा आणि या घरी आल्यानंतरही... त्या तशाच होत्या. एखाद्या मंद समईसारख्या शांत... स्निग्ध ... मात्र अलिकडेच जाणवू लागलं होतं की त्या खूप उदास असाव्यात. बीनानं अनेकदा त्यांना छेडलं. त्या उत्तर न देता फक्त हसत रहात. बाबांच्या जाण्यानं

त्यांना प्रथमच एकटं वाटत असावं.

"माणसानं चुका कराव्यात... पण ती चूक एकदा समजली की माणसानं सुधारावं." असं म्हणत बाबांनी पूर्वीच्या अपराधाची सारी कसर भरून काढली. मम्मींना त्यांनी सारी भारतयात्रा घडवली. नाटकांना, गाण्याच्या कार्यक्रमांना ते मम्मींना घेऊन गेले. "हे सारं आमच्या सुनबाईंमुळे बरं." पुन्हा पुन्हा ते बिनाचं कौतुक करत गेले. सारं निभावून गेलं म्हणता म्हणता, संजय अचानक अमेरिकेला निघून गेला होता. तीन वर्षात त्यानं घराशी जवळ जवळ संबंध तोडला होता. आणि मागच्या आठवड्यांत त्यानं अमेरिकेहून डायव्होर्स प्रस्ताव पाठवून दिला होता. पुण्यातल्या एका वकिलाला त्यानं वकिलपत्र दिल होतं. तो वकील बीनाला कोणत्याही क्षणी भेटायला येणार होता. तिनं समजुतीनं घटस्फोट द्यावा अशी संजयनं विनंती केली होती.

हे सर्व मम्मींना कसं सांगयचं? पण त्यांना समजावण्यापेक्षा आपण हे कसं समजून घ्यायचं? संजयचं बीनाला खूप नवल वाटत होते. आपल्या निरपराध आईवर अन्याय करणाऱ्या वडीलांचा, त्याला केवढा राग होता!

आईविना वाटणारं पोरकेपण त्यानं भोगलं होतं. त्याच्या स्वतःच्या आई वडिलांना एकत्र आणण्यासाठी बीनानं जी धडपड केली होती, ती संजयनं पाहिली होती.

बीनानं, त्या परक्या घरच्या मुलीनं त्यांचं कुटुंब राखलं होतं.

पण आता संजय... पुन्हा त्या घरचा एक पुरुषच आज घर मोडायला निघाला होता.

अनेक गुण, दुर्गुण, स्वभावगुण, रोग, आवड माणसांत वंशपरंपरेनं येतात हे बीनानं वाचलं होत. पण हा दुर्गुण?

स्वतःची पत्नी सोडून, परस्त्रीसाठी घरदार सोडण्याचा दुर्गुण...

आपल्या पत्नीवर अन्याय करण्याचा स्वभाव गुण...

पिता पुत्रांत समान कसा आला?

बीना विचार करत होती. निदान बाबा त्या स्त्रीवर पूर्वी प्रेम करत होते. पुन्हा सहवासांत आल्यानंतर... कदाचित दया... कदाचित भावनावशता... असं काही घडणं शक्य होतं.

पण संजय...?

जी स्त्री फक्त एक दोन वर्षातच त्याला भेटली... तिच्यासाठी... तिच्यासाठी त्यानं पत्नीचा त्याग करायला तयार व्हावं?

आपल्याला झिडकारून टाकावं?

या विचारानं बीना संतापून गेली होती. कितीतरी वेळ अशीच दरवाजांत उभी

होती. ''अग, आज नाही तर उद्या येईल पत्र! नाहीतर रात्री फोन येईल... किंवा तो स्वत:च दत्त म्हणून समोर उभा राहिल. या घरच्या पुरुषांचं काही सांगू नकोस.''

इतकं बोलून हसत हसत मम्मी आंतल्या खोलीत गेल्या.

या घरचे पुरुष?

बीना दचकली. संजय या घरच्या पुरुषांसारखाच वागला पण आपण...?

आपण या घरच्या स्त्रियांसारखं, मम्मीसारखं वागणार आहोत?

छे! नक्कीच नाही.

आपला काही अपराध नसताना, कारण नसताना, केवळ लहर म्हणून जवळ येणाऱ्या आणि दूर जाणाऱ्या पुरुषाला आपण पुन्हा कधीही जवळ करणार नाही. उद्या पश्चाताप होऊन तो परत आला तरी त्याला या घरात आपण घेणार नाही आहोत. त्यासाठी हे नातं तोडणं... हाच एक पर्याय... जो संजयनंच सुचवलाय... तो मान्य करायला हवा. आजच! मम्मींना कळण्याआधी आजच वकिलाला आपण स्वत: भेटायला हवं. निदान यानंतरचा या घरचा इतिहास बदलायला हवा.

बीनान पायांत चप्पल सरकवली. पर्समधला, संजयच्या वकिलाचा पत्ता नीट वाचून घेतला आणि आपली कायनेटिक बाहेर काढली.

संजयनं धाडलेलं घटस्फोटाचं बूमरँग या घरापर्यंत पोंचण्याआधीच ते अमेरिकेला परतवण्यासाठी बीना घाईनं चालली होती.

वंशपरंपरेनं चालत आलेला इतिहास ती बदलणार होती.

◆

घरकुल

बाहेर धुवाँधार पाऊस कोसळत होता. यावर्षी पाऊस वेळेवर आला होता आणि भरभरून उतरत होता. शहारापासून थोडी दूर अन् उंचावर असणारी "पाश्कोल गार्डन" आणि त्या वसाहातीतले सारे बंगले, त्या पावसात चिंब भिजले होते, "पाश्कोल गार्डन!" पूर्वी खरं तर पाश्कोल भाटकराची भली मोठी वाडी... आंबे, फणस, नारळी, पोफळींनी गच्च भरलेली..पण जमिनीला दर आला आणि पाश्कोल भाटकराच्या मुलांनी कुणा बिल्डरच्या स्वाधीन ती वाडी करून टाकली. सारी झाडं जमिनदोस्त करून, तिथं टुमदार वसाहत उभी राहिली. कोरे रस्ते... रस्त्याच्या कडेनं बचावलेली थोडी झाडं... आणि अखंड वाहनांची, माणसांची वर्दळ, या पार्श्वभूमीवर त्या वसाहतीच्या अगदी शेवटची बंगली... तिच्या वेगळेपणानं लक्ष वेधून घेई. त्या बंगलीच्या मालकिणीने आपल्या प्लॉटमधल्या एकाही झाडाला हात लावू दिला नव्हता. हिरवी झाडे तशीच ठेवून, मधोमध छोटेसे घरकूल उभे होते. "कुळागार" हे नाव सार्थ करणारी. ती बंगलीसुद्धा पावसात भिजत होती. नारळी, पोफळीच्या माथ्यावरचे पाणी टपटपणं... इतकीच एक हालचाल होती. बाकी सारं कुळागार, सभोवतीची झाडी मूक होती.

कुळागाराची मालकीण मंगला-त्या वास्तूत एकटीच रहात होती.

या क्षणी...

तिच्या डोळ्यांमधूनही तशाच आसवांच्या धारा टपटपत होत्या. दिवाणखान्याचा कोपरा साधून दोन मोठया खिडक्या होत्या. त्या खिडक्यांना गज न लावता, काचेच्या स्लायडींग चौकटी बसवल्या होत्या. सारा दिवसभर त्या मोकळ्या खिडक्यांतून, बाहेरचा भरभरता वारा घरभर घुमत असायचा. पांढऱ्या ढगांच्या उतरंडींनी ओथंबणारं निळं आकाश त्या रुंद खिडक्यांमधून स्वच्छ दिसायचं.

आज पावसाचा पहिला दिवस! वेळेवर आलेल्या पावसाच्या सरींनी, कुंद ओल्या हवेनं सारा परिसर भरून गेला होता. दिवाणखान्याच्या कोपऱ्यांतल्या एका छोट्या बैठ्या दिवाणावर बसलेल्या मंगलाची नजर खिडकीच्या दुसऱ्या कोपऱ्यांत

असलेल्या, रिकाम्या बैठ्या दिवाणाकडे लागली होती. साऱ्या आठवणी जाग्या झाल्या होत्या. बाहेरच्या कोसळल्या धारां सोबतीनेच तिच्या दोन्ही डोळ्यांतून आसवांच्या धारा वाहात होत्या.

"सुरु, सुरुची, शोनू"

मंगलाचं मन आक्रंदत होतं. काचेबाहेरची झाडं, पानं तिचं दुःख समजून घेतल्याप्रमाणे त्यात सामील झाली होती. मंगला आणि सुरुची. दोघी मायलेकींना.

आजूबाजूच्या झाडा-फांद्यांनी याच खिडकीतून अनेकदा... नव्हे रोज बघितलं होतं. दोन खिडक्यांच्या, समोरासमोरच्या बैठकीवर बसून-हितगुज करणाऱ्या, त्या दोघी जणू एका वयाच्या दोन मैत्रिणी असाव्यात- अशा त्या मायलेकी. कधी रात्रीच्या मंद स्टॅण्ड लॅम्पच्या प्रकाशात, हाती पुस्तक घेऊन, मध्यरात्रीपर्यंत वाचीत असत... तर कधी एखादी छान गझल ऐकत, कॉफीचे मग हाती घेऊन गाणं ऐकण्यात हरवून गेलेल्या असत. कधी सुरुचीच्या लांबसडक केसांना तेल लावणारी मंगला दिसे तर कधी... मंगलाच्या केसातले पांढरे केस टिपत सुरु बसलेली असे.

भल्या पहाटे "कुळागार" जागं होई आणि बघता बघता मायलेकी दोन स्कुटीवर स्वार होऊन कॉलेजात जात असत. मंगला शिकवायला तर सुरु इंजिनिअर कॉलेजमध्ये शिकायला. दोन दिशांनी दोघींच्या स्कुटी परत येताना जवळजवळ एकाच वेळी कुळागाराच्या गेटपाशी थांबत. त्यानंतरच्या संपूर्ण संध्याकाळी मात्र कुळागारात उत्साह संचारलेला असे.

कुळागारातलं गवत काढणं, झाडांची मशागत, पाणी घालणं हे सारं दोघी मायलेकी जोडीनं करत. स्वयंपाकघरात दोघींची गडबड सुरू असे. त्याच बरोबर गप्पा. एकमेकींना दिवसभराच्या साऱ्या गोष्टी सांगताना त्यांना वेळ पुरत नसे. त्या दोघींचं सुंदर असे एक वेगळं जग होतं. कुळागार.

ऐन, विशीच्या तारुण्यात निथळणारी सुरू आणि पन्नाशीच्या प्रौढ उंबरठयावर पोचलेली-तिची ममा-मंगला- या दोघींनी उभारलेलं त्यांचं घरकूल कुळागार.

गेली सात वर्षे कुळागाराचा प्रत्येक दिवस असा आनंदानं उगवला होता आणि समाधानात मावळला होता. बघता बघता सभोवतालची झाडं बंगलीच्या उंचीला पोचली होती. पाश्कोल भाटकाराच्या आमदानीमधली जुनी झाडं भरपूर विस्तारली. आता त्याच्याजवळ अनेक पक्षी, चिमण्या, खारी नाचत असत. ते सारं कौतुक बघतच सुरुही वाढत होती. सात वर्षात तिने इंजिनिअरची पदवी घेतली. बघता बघता ती नोकरीनिमित्त पुण्याला गेली आणि पाठोपाठ अरुणशी लग्न होऊन ती पुण्यातच राहूही लागली. बरोबर एक वर्ष झालं होतं. त्या घटनेला...

याच कुळागारात लग्नाचा समारंभ पार पडला होता... आणि अरुणच्या हातात हात गुंफून हसत हसत सुरू तिच्या घरी निघून पण गेली होती...

त्या दिवसापासून सारी वास्तूच मूक होऊन गेली. सुरुची पाठवणी करून मंगलानं बाहेरच्या ओसरीवर बसकण घातली होती. स्वागत समारंभाला जमलेल्या तिच्या मैत्रिणी, पाहुणे... एक एक करून निघून गेले होते.

दुसरे दिवशी कुळागारावर लटकणाऱ्या रंगबेरंगी माळा उतरवल्या गेल्या. एक एक खोली काळोखात बुडत गेली..अलिकडे तर एखादाच दिवा रात्रीच्या वेळी टिमटिमताना दिसे. सारा दिवस आणि रात्र मंगलाचा एकटीचाच तिथं वावर सुरु असे... तो सुद्धा ओढून ताणून कष्टाने संपवावा-असा तो दिवस ती संपवत असे. गेल्या सहा महिन्यात ती आजारीच होती. कॉलेजमधून तिने मोठी रजा घेतली होती. त्यानंतर ती शिल्लक उरलेली रजा घेऊन संपवणार होती. तिनं कामावर यावं, कुढत घरी बसू नये असं तिचे सहकारी तिला सांगत होते. पण सुरुची लग्न होऊन निघून गेली- आणि मंगलाच्या मनाची सारी ऊभारीच निघून गेली होती. मनाची, शरीराची सारी ताकद संपून गेल्याप्रमाणे ती पाय पोटाशी दुमडून कोपऱ्यातल्या बैठकीवर बसून होती. बाहरेच्या कुंद हवेनं आणि अखंड बरसणाऱ्या धारांनी आज मंगला आणखीनच सैरभेर झाली होती. तिच्या वाहत्या अश्रुंना तिला आवरता येत नव्हतं. बाहेरची झाडं, पानं नवलानं तिला बघत होती. त्यांचं जग किती वेगळं होतं. एका झाडातून अनेक बीजं निर्माण झाली तरी प्रत्येक बीजही नंतर कसं स्वतंत्र वाढत असे. त्यांची मुळं, वाढ, फुलणं, गळून पडणं, वठून जाणं सगळ्या क्रिया कशा स्वतंत्र बनून जात. त्या नव्या झाडांवरच जन्माला येणारी पाखरं पंख फुटले की कशी स्वतंत्र होऊन भरारी घ्यायची. पंखाची उब देणारी, चोचीनं दाणे भरवणारी आई, तिनं काड्या जमवून उभं केलेलं घरटं- सारं मागचं जग मागे ठेवून ती पाखरं कशी सहजपणानं जीवनाच्या बदलाला सामोरं जात.

पण ज्याला परमेश्वरानं इतकी शक्ती दिलीय, तो माणूस मात्र हतबल का व्हावा? साऱ्या नातेबंधातून, क्षणात मुक्त होणाऱ्या निसर्गापेक्षा-माणूस मात्र कमजोर कसा? बाहेरचा परिसर नवल करायचा! सुन्न बधीर झालेल्या मंगलाकडे बघून निसर्गही मूक झाला होता. मनातून कणव वाटत होती. हे घरकुलासारखं सजलेलं कुळागार पुन्हा हसतं खेळतं राहावं असं साऱ्या परिसराला वाटायचं.

“ममा,ममा--”

सुरुचीच्या आवाजानं पुन्हा ते कुळागार भरुन जायला हवं होतं. तरच त्या वास्तूची मालकीण पुन्हा उभी रहाणार होती, असं आजूबाजूच्या प्रत्येकाला वाटत होतं.

आपल्या बैठकीवरुनच मंगलाची नजर समोरच्या भिंतीवर गेली. जुलैची पंधरा तारीख उजाडली, तरी मे महिन्याचं पान लटकत होतं. मंगलानं उठून जुलै महिन्याचं पान लावून घेतलं. ती पुन्हा बैठकीवर बसली. पदरानं डोळे कोरडे केले. ती मग समोरच्या कॅलेंडरच्या तारखा बघू लागली.

पूर्वी सरुन गेलेल्या, पंधरा तारखा, आणि त्या नंतर येणाऱ्या पंधरा... त्याच्यानंतर येणारी अनेक पाने, तारखा आणि... त्यापूर्वीची... त्यानंतरची... हे सर्व येत रहाणार होतं.

पूर्वीही आलं होतं. काळ पुढे सरकला होता. सरकणार होता. आपण मात्र रुतून बसलेल्या जुन्या गाड्याप्रमाणे अवघडून बसलोय. त्याच जागी... ज्या सुरुवर आपलं इतकं प्रेम असल्याचं मनाला जाणवतंय ते प्रेम आज जसं उफाळून आलंय... तसं पूर्वी कुठं होतं? उलट जिच्या जन्माची चाहूल लागली तो क्षण... त्याक्षणी तर आपण कसंही करून तो जीव जन्माला येण्यापूर्वीच नाहीसा व्हावा या विचारानं कशा वेडयापिश्या झालो होतो. ह्या आठवणीसरशी मंगला दचकली. तो क्षण... जन्मालाही न आलेल्या बाळजीवाच्या घृणेनं भरून गेलेला तो क्षण. तो क्षण खरा की. आज त्या जीवाच्या विरहाने सैरभैर करून टाकणारा हा क्षण खरा ? ती मनात दाटून आलेली घृणेची लाट... खरीच होती... निदान त्या क्षणी तरी. आणि वात्सल्यानं गुदमरवून टाकणारी ही आजची अवस्था... ही सुद्धा खरी होतीच. या दोन्ही अवस्था भोगणारी मंगला... आज तिच्यासमोर जीवनाचा सारा पटच उलगडून उभा ठाकला होता. पूर्वीची बेदरकार, अहंकारी, मनमानी मंगला आज आश्चर्याने स्वत:ला निरखत होती. स्वत:विषयीच्या फाजील अभिमानानं तिनं जीवनाची जी प्रचंड मोडतोड केली होती, तो प्रत्येक तुकडा, आजच्या या क्षणी तिला स्पष्ट आठवत होता. त्या भूतकाळाला मंगलचं हे गलितगात्र रुप अनोखं होतं. आणि... आपलं पूर्वीचं हट्टी, लहरी, संतापी, हेकट रुप मंगलालाही खरं वाटत नव्हतं. पन्नास वर्षे वयाची पन्नास वर्षे पार झाली होती. त्या मधली पहिली दहा बारा वर्ष तर न कळत्या वयाची होती.. चौदावं वर्ष तारुण्याची जाणीव करून देणारं..ते वर्ष उगवलं. तेच मंगलाला तिच्या बुद्धीचातुर्याची, सौंदर्याची जाणीव करून देणारं होतं. त्याचा कैफ... त्याची नशा तिच्यावर पूर्णपणे अंमल गाजवित होती. त्या मंगलाला आज ते सारे दिवस कितीतरी वर्षांनी आठवत होते. प्रश्न करीत होते. तारुण्यानं निथळणारी, सौंदर्यवती मंगला कॉलेजात दाखल झाली, ती एखाद्या सम्राज्ञीच्या दिमाखात... जिथं नजर टाकू, ते जिंकू, जिथं हात लावू ते आपलंस करु, या अभिमानानं भरलेली मंगला... आई-वडिलांची लाडकी लेक... अस्मानाला गवसणी घालण्याचं स्वप्न नजरेत घेऊनच कॉलेजात वावरत होती. आणि तिचा अभिमान... तो अनाठाई नव्हता, हे तिनं सिद्ध करूनही दाखवलं होतं. तिचं नाव सर्वांच्या परिचयाचं झालं होतं. स्पोर्टस, कला, वक्तृत्व, अभिनय सर्वांमध्ये ती यश मिळवत होती. कॉलेजच्या जनरल सेक्रेटरी पदावर सलग ती निवडून येत होती. त्याचवेळी अमित प्रधान तिच्या जीवनात आला. अमित प्रधान-- मध्यमवर्गातला बुद्धिमान आणि होतकरु तरुण--

"आता ही ब्युटी क्वीन... या अमित प्रधानशी कसं काय जमणार?"

"जमेल रे, प्रेम असलं की सारं जमतं म्हणे"

"म्हणजे असं की, ती राणी आणि हा तिचा प्रधान... अमित प्रधान "

"त्यानं प्रधानपद स्वीकारलं तरच जमेल रे बाबा... नाही तर..."

कॉलेजच्या विद्यार्थ्यात अशी चर्चा चाले. पण अमितच्या प्रेमात आकंठ बुडालेल्या मंगलाला मात्र असे प्रश्न चुकूनही पडत नव्हते.

अमित तिला आवडला होता. तो तिचा व्हायला हवा होता. कोणत्याही परिस्थितीत तिला ही बाजी जिंकायची होती.

"मंगल, तो मध्यमवर्गीय जीवन जगणारा मुलगा... तुला जमेल तसं जगणं? फ्लॅट संस्कृती? जुन्या संस्कृतीत वावरणारे अमितचे आईवडील? आई वडिलांचं ऋण मान्य करणारा अमित? तुला जमेल त्याच्याबरोबर?"

आई वडिलांच्या या सर्व प्रश्नांचा मंगलानं कधी विचार केलाच नव्हता किंवा तो विचार ती करणारही नव्हती. खरं तर प्रेम म्हणजे काय याचा तिने गंभीरपणे कधी विचारच केला नव्हता. ते वय नव्हतं किंवा स्वभावही! तिला एकच गोष्ट माहीत होती अमितला मिळवणं... त्यानंतर येणारे सारे प्रश्न तिच्या दृष्टीनं साफ गौण होते. अमितचे आई वडीलसुद्धा चिंता करत होते. अमित त्यांचा एकुलता एक मुलगा... साधा, सरळमार्गी! त्याच्या जीवनावर या एककल्ली मुलीचा प्रभाव पडत चालला. इथंवर सर्व ठीक होतं पण पुढचं जीवन? मंगलाला ते दिवस आठवत होते. तिच्या जीवनाचा एक महत्वाचा भाग नव्हे- तिनेच मोडून टाकलेला जीवनाचा एक तुकडा. त्या तुकडयाकडे मंगला आज नवलानं बघत होती. गेली सात? की अनेक वर्ष तिला वेळच मिळाला नव्हता आणि वेळ असला तरी त्यावर विचार करावा... या मोडतोडीचं दु:ख करावं असा तिचा स्वभाव नव्हता. जेमतेम चार-पाच वर्ष संसार रेटून नेला तो अमितने. पाच वर्षानंतर अमितच्या संसारावर लाथ मारुन मंगला घराबाहेर पडली... तेव्हा घराच्या आत... साऱ्या भावनांचा चुराडा पडला होता, त्या सर्वांना तुडवत मंगलानं घर सोडलं.

"मंगला प्लीज, या उंबरठ्याबाहेर जाऊ नकोस."

"तो माझा निर्णय आहे."

"मंगल, तोडणं सोपं, पण जोडणं अवघड."

"पण इथं जोडायचंय कुणाला?"

"इथं काय कमी आहे सांग? माझे आई वडील- त्यांनी कधी त्रास दिलाय तुला? या वयात त्यांना कुठे टाकू?"

"मग बस त्यांची सेवा करत."

"तसं समज हवं तर, पण सुरुची? तिचं कसं होणार? आईविना ती कशी वाढणार?"

अमितच्या या प्रश्नावर मंगलाचे डोळे एकदम चमकले.

सुरुची! तिच्यावेळी दिवस गेल्याची शंका आली, तेव्हाच मंगलाचा संताप झाला होता. अबॉर्शन! तिनं ऐकवलेल्या निर्णयानं सारं घर हादरलं होतं. अमितच्या आई वडिलांनी तिच्यासमोर नाकदुऱ्या काढल्या. त्या मुलीची जबाबदारी घेण्याचं अमितच्या आईनं मान्य केलं. तेव्हा कुठं नाईलाजानं घृणेनं मन भरलेलं असताना तिनं सुरुचीला जन्म दिला होता.

"आईचा जीव शेवटी माया कुठं जाणार? आपसूक माया लागेल. एकदा मूल झालं की सारं काही सुरळीत होईल." अमितच्या आईची भोळी आशा... पण सुरुचीला जन्म दिला आणि तिला सासूच्या स्वाधीन करून मंगलानं नोकरी शोधली- आणि जास्तीत जास्त वेळ ती घराबाहेर काढू लागली. "मंगल नोकरीची काय गरज? माझ्या कमाईत आपण मजेत आहोत. काय कमी आहे या घरात? सांग?" अमित कॉम्प्युटर इंजिनिअर होता. खूप मोठया कंपनीत लठ्ठ पगाराची नोकरी होती त्याला. शिवाय त्यानं स्वत: सॉफ्टवेअरचे फॉर्म्युले शोधले होते. त्यांना मागणी होती. आज बंगला, गाडी, स्टेटस सर्व काही त्याच्या पायाशी होतं. आपल्या परिश्रमानं त्यानं वैभव खेचून आणलं होतं. आणि मंगला नोकरी करत होती. सेमिनारच्या निमित्ताने रंगनाथन बरोबर हिंडत होती. रंगनाथन स्टॅटिस्टिक्स घेऊन त्यानं पी.एच.डी. केली होती. अत्यंत बुद्धिमान असा डॉ. रंगनाथन. त्याची तीव्र बुद्धी हेच मंगलला आव्हान होते. बुद्धिचातुर्याच्या बळावर ती रंगनाथनना हरवू शकत नव्हती. त्यावेळी तिनं आपलं लाघव पणाला लावून रंगनाथनवर आपला प्रभाव पाडला होता. हळूहळू चर्चा वाढत होती. आणि एक दिवस भडका उडाला. मंगलानं घर सोडायचा निर्णय घेतला.

"सुरुची?"

जेव्हा अमितने प्रश्न विचारला होता, तेव्हा मंगलाचे डोळे चमकले होते. सुरुचीला मी घेऊन जाणार. तिनं निर्णय ऐकवला, त्या निर्णयानं त्या घराची पार शकलं उडाली होती. खरं तर ते साधं कुटुंब होतं. त्यांनी मंगलाला कधी दुखवलं नव्हतं. मंगलानं त्यांची कधी पत्रास बाळगली नाही. तिला सुरुचीचं प्रेम नव्हतं. तरीपण स्वत:च्या हट्टाखातर तिनं सुरुचीला उचललं आणि रंगनाथनच्या फ्लॅटवर जाऊन रहायला सुरुवात केली. स्वत:च्या ह्या बेशरम कृत्याकडे आज ती आश्चर्यानं बघत होती. मनात त्या जीवनाची घृणा दाटून आली. सुरुचीवर आपलं त्यावेळी प्रेम नव्हतं तरी आपण तिला अमितच्या घरातून का बाहेर नेली? या साऱ्या आठवणी अनेक वर्षांनी आज या एकांतात जाग्या झाल्या होत्या. बाहेरच्या धुंवाँधार पावसानं मन अधिक हळवं बनलं होतं. सारी मोडतोड त्याच्या कुरुपतेसह मंगलाच्या समोर आ वासून उभी होती. शरमेनं मन भरुन गेलं होतं. अमितला आपण का सोडलं?

आणि रंगनाथनला का जवळ केलं? खरं तर दोघं पण चांगले होते. त्या दोघांनी मंगलावर प्रेम केलं होतं. तिला कधीही दुखावलं नव्हतं. उलट... तिचे आततायी निर्णय जणू स्वत:च गुन्हेगार असल्याप्रमाणे मान्य केले होते.

स्त्री-स्वातंत्र्य म्हणता म्हणता मंगलानं पुन्हा रंगनाथनचा आधार शोधला होता. मुक्त जीवन म्हणता म्हणता... रंगनाथनच्या चाकोरीबद्ध कुटुंबाशी तीन वर्षे तडजोड केली होती. तडजोडच करायची तर मग ती अमितच्या संसारात आपण का केली नाही? अमितचे आणि पाठोपाठ रंगनाथनचे जीवन हतबल करून टाकणाऱ्या मंगलला आज त्या सर्व कृत्यांचे समर्थनच करता येत नव्हते. मातृत्व ही स्त्रीची शृंखला असं ठासून सांगणाऱ्या आपण ..त्यानंतर मात्र सुरुचीच्या प्रेमात गुरफटून गेलो. सारे मान-अपमान, तत्त्वं तिच्या प्रेमात कुठच्या कुठं वाहून गेलं. मंगला आपल्या बैठकीवरुन उठली. तिनं काचेची तावदानं उघडली. बाहेरचा पावसाचा जोर कमी झाला होता. पानांवर साठलेले थेंब टपटपत खाली उतरत होते. वाऱ्याचा जोर कमी झाला होता. सारा परिसर सतेज, ओला होऊन डोलत होता. पहिल्या पावसाच्या वर्षावानं धरती कशी तृप्त वाटत होती. काल परवा तर आगीच्या घगीत होरळपणारी धरती फक्त - फक्त वळवाच्या वर्षावानं कशी तृप्त झाली होती. पण आपण?

बाहेरचा तृप्त निसर्ग बघून मंगलाच्या मनात आलं, त्या खिडकीबाहेरचं जग किती साधं होतं. किती नैसर्गिक, सहजपणे तिथं सारं घडत होतं. मंगलानं मागं वळून आपल्या घराकडे नजर टाकली. माणसानं बनवलेल्या त्या घरात, माणसानंच तोडमोड केलेले... कितीतरी भग्न अवशेष इथं तिथं विखुरलेले होते. अमित, त्याचे पापभिरु आईवडील! मंगलाचे स्वत:चे प्रेमळ आई-वडील, रंगनाथन... त्याच्या घरच्या करारी वृत्तीच्या स्त्रिया, मंगलावर प्रेम करणारे, तिचे सहकारी ते सारे जण खरं किती चांगले होते! त्यांनी मंगलाला नेहमी संभाळून घेतलं होतं. त्या सर्वांचे चेहरे आज मंगलाला स्पष्ट आठवत होते. तिनं त्यांचं सारं समाधान नासून टाकलं होतं! मंगलाला एक एक प्रसंग फटकारत होता. ह्या सर्वांना दुखवायचा अधिकार आपल्याला कुणी दिला होता? त्यांची साधी स्वप्नं मोडून तोडून टाकून काय मिळवलं आपण? शेवटी हाती आलं ते हे घरकुलच! या डिग्र्या, लठ्ठ बँक बॅलन्स आणि जोडीला स्वत:च ओढवून घेतलेलं हे एकटेपण!

मंगला आतल्या खोलीत गेली. सुरुचीची अनेक छायाचित्रे साईड बोर्डावर ठेवली होती. हसरी, गोड, निष्पाप सुरु. आपल्या काटेरी स्वभावावर हे सुंदर फूल कसं उमललं? आपण हे एक काटेरी झाडं! बाभळ.

रंगनाथनचं घर सोडून, मंगला सुरुला घेऊन कॉलेज क्वॉर्टर्समध्ये रहात होती. त्यावेळी सुरुचं वय शाळकरी मुलीचं होतं. त्याचा अर्थ कळण्याचं ते वय नव्हतं.

तिला आवडणारे पपा, आजी, आजोबा सर्वांना सोडून रंगनाथन अंकलकडे का रहायचं? त्या घरामधल्या अम्मा आणि आण्टीच्या वटारलेल्या डोळ्यांकडे बघत का जगायचं? शाळेच्या धड्यामधून ज्या आईची महती गात असत, ती आई... आणि सुरुची ममा - यात जमीन अस्मानाचा फरक होता. आपली ममा अशी कशी? तिला आपण का आवडत नाही? हे असे अनेक प्रश्न सुरु हुंदक्यांबरोबर गिळून टाकत असे. उत्तरं शोधण्यात, थकून शेवटी पांघरुणात डोकं खुपसून झोपणं तिला सोपं वाटे. कॉलेजच्या क्वॉर्टर्समध्ये रहायला आल्यानंतर प्रथमच मंगलाचं आपल्या या मुलीकडे लक्ष गेलं. ती जन्माला येण्यापूर्वीपासूनच मंगलाला नकोशी झाली होती. केवळ नाईलाजानं तिनं सुरुला जन्म दिला आणि एखादं जळमट झटकावं तसं तिला झटकून सासूच्या हातात सोपवून ती मोकळी झाली. ती सुरु. आता बारा वर्षांची झाली होती. थोडी उंच, हाडकुळी ओठांची घट्ट घडी घालून न बोलता घरात वावरणारी सुरु. मंगलानं स्वत:च्या मुलीकडे नवलानं बंघितलं. गेली दहा वर्ष ती मंगलाबरोबरच रहात होती. तिनं जिथं ठेवलं तिथं कोणताही प्रश्न न विचारता ती मंगलाला सोबत करत होती. ममाच्या मायेचा स्पर्शही न झालेली सुरु आतल्या आत प्रौढ समजूतदार होत गेली आहे हे मंगलाच्या आता ध्यानी येत चाललं. संसार करण्याचा मंगलाचा पिंडच नव्हता. ज्या क्षणी, जे वाटेल, ते वागून मोकळं होणारी एक अविचारी स्त्री तिच्यात दडलेली होती. पण सुरुनं मात्र अमितचा नीटनेटकेपणा, सौंदर्यदृष्टी हुबेहूब उचलली होती.

कॉलेजच्या क्वॉर्टर्समधल्या छोटेखानी चार खोल्या सुरुनं मनापासून सजवल्या होत्या. जे होतं ते सामान नीटपणे मांडलं, ममाची, तिची खोली स्वच्छ ठेवण्याचं कामं तिनं स्वत:कडे घेतली. स्वयंपाकीणबाई जे रांधून ठेवत ते व्यवस्थितपणे टेबलावर मांडून ठेवून ती ममाची वाट बघत असायची. मंगलानं पाहिलं की तिनं आपल्या खोलीत साईबाबांचा एक फोटो पण ठेवला होता. दररोज संध्याकाळी तिथं उदबत्ती लावलेली असे. कुणी न शिकवता हे सर्व आत्मसात करणाऱ्या या आपल्याच मुलीकडे मंगला नवलानं बघत होती. हे सारे संस्कार तिनं कुठून मिळवले? मंगलाला प्रश्न पडे. आता मंगलाही प्रौढ वयाकडे झुकत चालली होती. पूर्वीचा जोर आता उरला नव्हता. पूर्वीसारखं उसळी मारणारं तिचं मन अलिकडे जरा शांत झालं होतं. रागवायचं कुणावर? उलट सुरुचीच्या समजूतदारपणानं मंगला मनातून शरमून जात होती. कुणी न सांगता सुरुचीनं ह्या घराची जबाबदारी स्वत:वर घेतली होती. तिच्यावर रागावयचं कशासाठी? उलट मुलीकडे बघून अलिकडे एक वेगळीच भावना मंगलाच्या मनात जागी होत होती. ओठाची घट्ट मिठी घालून न बोलता घरात वावरणाऱ्या या मुलीला पोटाशी धरून रडावं असं मंगलाला सारखं वाटत होतं. एक एक करत सर्व पाश तिनं तोडले होते. पण सुरू मात्र तिच्या

जीवनाशी घट्ट चिकटून होती. कोणतीही तक्रार न करता तिनं ममाला सोबत केली होती. मंगला बघत होती. सुरुचीला खूप मैत्रिणी होत्या. बाहेरच्या जगात ती सर्वांना हवी हवीशी वाटत होती. आणि मंगलानं मनाशी कबूल केलं, अलिकडे मंगलासुद्धा सुरुत गुंतत चालली होती. सुरू दहावी पास होताच, तिनं न मागताच सुरुसाठी सुंदर सायकल आणली होती. तिच्यासाठी म्हणून रेडिओ, टेप, टी.व्ही. हौसेनं घरी आणलं होतं. बारावीच्या तिच्या परीक्षेच्या वेळेस मंगलानं तिची खूप काळजी घेतली होती. सुरु अभ्यासात गुरफटून गेली होती. त्यावेळी मंगलानं पाश्कोल गार्डनमधला हा प्लॉट खरेदी केला होता. बारावीत सर्वप्रथम आलेल्या सुरुनं ते देखणं कुळागार बघून आनंदानं आईला मिठी मारली होती. हया वास्तुच्या साक्षीनं सुरुच्या स्पर्शातून मंगला एका वेगळया आनंदानं थरथरुन गेली होती. वात्सल्याच्या त्या पहिल्या साक्षात्कारानं मंगला नखशिखांत मोहोरुन गेली होती. तो क्षण होता परिवर्तनाचा क्षण. तिनं स्वत: जन्म दिलेल्या तिच्या मुलीच्या वात्सल्याची जाणीव करून देणारा तो क्षण..त्या क्षणानं मंगलाचं जीवनच बदलून गेलं. पूर्वीची हट्टी, अहंकारी मंगला कुठं नाहीशी झाली होती आणि जी उरली होती ती केवळ सुरुची आई होती. प्रत्यक्ष आई समोर असूनही, पोरकेपणानं वाढणाऱ्या सुरुचीवर मंगला मायेचा वर्षाव करत होती. वात्सल्याचा झरा ओसंडून बाहेर आला होता आणि पूर्वीची अबोल सुरू अखंड त्या आनंदात भिजत होती.

"ममा, आपण घर बांधू या नं. पण सगळी झाडं मात्र तशीच ठेवायची हं. या झाडावर खारी येतील, पक्षी घरटी बांधतील." सुरू अखंड बोलत होती. घर बांधायचं पण पैसे? पण मंगलाचा तो प्रश्न अमितनं सोडवला होता. सुरू बारावी झाली ते समजून अमित स्वत: त्या दोघींना शोधत आला होता. हॉटेलमध्ये उतरला होता. किती वर्षांनी भूतकाळाचे तुकडे समोरासमोर आले होते. मनात उसळणारे न व्यक्त करता चार दिवस पुन्हा एकमेकांना निरखत होते. का झिडकारलं बरं आपण या स्वच्छ मनाच्या माणसाला? मंगला नवलानं अमितला बघत होती. त्यानं दुसरं लग्न केलं नव्हतं. त्यानं मनातून डूख धरला नव्हता. तो घरच्या कर्त्या पुरुषासारखा वागत होता. जाताना त्यानं पाच लाख रुपयांचा चेक सुरुचीच्या हातावर शिक्षणासाठी ठेवला. एकही शब्द कटू न बोलता तो आपल्या डौलात पुण्याला निघून गेला होता. खरं तर त्यानं विषय काढावा आणि आपण काही बोलावं, आपली बाजू मांडावी, असं मंगलाला मानतून वाटत होतं. पण अमितनं संधी दिली नाही. त्याच्या मुलीला आईचं प्रेम भरभरून मिळत होतं, यातच त्याचं समाधान होत. संधी एकदाच येते. पुन्हा नाही. मंगलाला तो गेल्यावर ती संधी गेल्याची खंत वाटत होती. त्यानंतर मात्र तिनं सारं लक्ष कुळागार उभारण्यात लावलं. पक्षिणी जशा काडी काडी जोडून घरटं उभारतात, तसं त्या दोघी मायलेकींनी त्यांचं कुळागर सजवलं होतं. गेली सात वर्षे

त्या कुळागारात जणू स्वर्गसुख अवतरलं होतं. जे काही हातून घालवलं होत ते सारं पुन्हा मिळवण्यात, सुरुला आनंद देण्यात मंगला मनोमन रंगून गेली होती. तिच्यात फार मोठं परिवर्तन घडून आलं होतं. आणि आज... तिच्या सुरुनं तिचं स्वत:चं घरटं, तिचा जोडीदार शोधला होता अन् बघता बघता ती निघूनही गेली होती. सुरुचं पुण्याचं घर अमितच्या बंगल्याजवळ होतं. तिच्या पुण्यात असण्यानं अमित सुखावला होता. यापूर्वी एकटं रहाणाऱ्या आईला जपणारी सुरुची कुणी न सांगताही एकाकी जीवन जगणाऱ्या आपल्या बाबांना जपणार होती. पुण्यात राहून ती आईची काळजी करत होती.

"मम्मा, एकटं वाटतं ना? माझ्या घराजवळच एक छोटा फ्लॅट घेऊन, सोबतीनं राहू. तुझी खूप काळजी वाटते गं!" फोनवरुन सुरू पुन्हा पुन्हा विचारी. "मंगल, एकटी राहू शकणार नाहीस तू. आता माझी अम्मा, आक्का या जगात नाहीत. एकटा झालोय मी. वुई विल स्टे टुगेदर" रंगनाथन पुन्हा पुन्हा फोन करत होता. पण मंगला कुळागार सोडून कुठेही जाणार नव्हती. तिनं तुकडे तुकडे करून फेकलेल्या जीवनात जी चार फुले उमलली होती, ते हे कुळागार...गेल्या सात वर्षात या कुळागारात अनुभवलेले सुखाचा साक्षात्कार घडवणारे ते सुंदर क्षण..स्वत: तोडमोड करून फेकलेल्या जीवनाकडे जाण्यापेक्षा...

या सुंदर वास्तुत, सुरेख आठवणींची वाकळ पांघरुन मस्त फकीरासारखं एकटं जगणं किती सुसह्य होतं. इथं तिची ती होती. जरी कुणाला दुखवायचा मूळ स्वभाव जागा झाला, तरी सभोवती कुणी नव्हतं. अन् सुखवायचं म्हटलं तरी कुणाला? बाहेरची वर्षा थांबली होती. पिंगा घालणाऱ्या नारळी पोफळी आता संथपणे झुलत होत्या. पंख झाडत पाखरं किलबिलत होती. हवेत सुंदर गारवा मिसळला होता. मंगलानं साऱ्या खिडक्या उघडून टाकल्या. आत येणारी थंड हवा श्वासात भरुन घेतली. समोरच्या टीपॉयवर कॉफीचा मग वाफाळत होता.

सुनता है गुरु ग्यानी, ग्यानी ग्यानी, गगन में आवाज हो रही झीनी झीनी

कुमारांची देहाती भजनं- बैठकीवर बसून मंगला शांतपणे ऐकत होती.

मनावरचा सारा ताण आता ओसरला होता. उद्यापासून ती कॉलेजला जाणार होती. जीवनानं तिला पण सुखाचे चार क्षण दिले होते. मग दु:ख कशाचं? डोळे मिटून मंगला ती देहाती धून ऐकत होती. सुरुनं आणलेल्या साईबाबांच्या मूर्तीसमोरच्या चंदनी अगरबत्तीचा सुंगध कुळागारभर पसरला होता.

◆

अर्जुनाचे धनुष्य

गेले चार दिवस पावसानं कहर केला होता. दरवर्षी अशा पावसात चिंब भिजण्याची सवय, मुंबईकरांना असतेच. लोकल गाड्या बंद पडणं, रस्त्यावर पाणी साठणं, भाजीपाला आणण्यासाठी गल्लीच्या तोंडावरचा चिखल तुडवणं, शाळेची मुलं, कामावर गेलेला माणसं घरी परत येईपर्यंत जीव मुठीत धरुन वाट बघणं हे सारं गेल्या अनेक वर्षाप्रमाणे यावर्षीही साग्रसंगीत चालू होतं. पण...

त्या बाहेरच्या चिंब भिजलेल्या जगाशी अजयचा काहीच संबंध नसावा... इतकं ते जग आज अजयपासून दूर होतं. काचेवर तडतडत पावसाचे थेंब उडत होते. वाऱ्याने घुसळून निघणारी झाडे, काचेतून दिसत होती. खुर्चीवर बसलेला अजय, थिजलेल्या डोळ्यांनी ते बघत होता. मान कलती झाली होती. ओठांच्या कडेवर चिकट लाळ गोळा झाली होती. हाताची मूठ काठीवर घट्ट धरुन, अजय केव्हाचा बसला होता. त्याच्या आणि बाहेरच्या जगाच्या मधोमध ही काच होती. त्या काचांच्या आत बंदिस्त अशा घरात अजय होता. अजय देशपांडे आणि घरात पसरलेली शून्य शांतता!

यांचं एक चिवट असं नातं निर्माण झालं होतं. एखादं नको असणारं, चिकट, बुळबुळीत जळमट झटकावं, इतक्या तिटकाऱ्यानं, अजयनं त्या शांततेला झटकून पाहिलं होतं. या ना त्या प्रकाराने, घरातली सुन्न शांतता कमी करण्याचे त्याने प्रयत्न केले होते. टीव्ही, रेडिओ, टेपरेकॉर्डर, फोनची घंटी, दरवाजाची संगीत बेल पण ते सारं तात्पुरतं--ते बंद झालं, की दुप्पट वेगाने ती शांतता त्याला विळखा घालून बसे! घरात आजूबाजूला सुन्न वातावरण पण मनांत विचारांचं वादळ, आठवणींचे मोहोळ, आणि त्या विरोधाभासातून डोळ्यांतून अखंड वाहणाऱ्या धारा!

आणि अलीकडे तर टि.व्ही. बघताना डोळे दुखून येत. टेपची गाणी अर्थहीन वाटत. आणि रेडिओच्या घरघरीने डोकं भणभणून येई. काही वाचावं तर डोळे आपोआप मिटायला लागत. एक दोन पानांनंतर अर्थबोधच होत नसे. कोणतं पात्र, कुणाशी काय बोलतंय, कथेचा विषय कोणता? हे सारं चार पानानंतर विसरायला

होई. वर्तमानपत्रामधला मजकूर आणि चालू कालखंड यांचा ताळमेळ नसे.

कितीतरी वेळ अजय खुर्चीवर खिळून बसे. तसाच आजही! नजर भिरभिरत घरावरुन फिरत होती. घड्याळात दहा वाजायला आले होते. सारं घर अजूनही पारोसं पडून होतं. कामाच्या बाईचा पत्ता नव्हता. पावसातून येणे कठीणच! अजयनं स्वयंपाकघराच्या ओट्यावरच्या भांड्यांच्या ढिगाऱ्याकडे नजर टाकली. रात्रीचं डाळ, भाताचं भांडं, ताट वाटी, कडकडीत वाळलं होतं. दूध उतू गेल्यानं सारा कट्टा पांढरट, चिकट झाला होता. चहाचे कप, गाळणी, चहा साखरेचे डबे ओट्यावर वेडेवाकडे उभे होते. चिकट झालेली, काळी पडलेली भांडी, शेल्फवरचे डबे, खरकटी भांडी.

सारं बघणं अजयला असह्य झालं होतं. हॉलमधले खिडक्यांचे पडदे बाजूला सारावे, निदान थोडा उजेड घरात येईल, या विचारानं, अजय उठला. काठीचा आधार घेऊन, हळू हळू तो हॉलमध्ये आला. मुंबईच्या मानाने हॉल प्रशस्त होता. दोन्ही बाजूने काचेची सरकती तावदानं होती. संखेडाचे कोच, खुर्च्या, टीपॉय, वर्तमानपत्रे ठेवण्याचा छोटा रॅक, हॉल आणि बेडरुम यांच्यामधला पडदा सारं तसंच्या तसं होतं.

''बाबा, हे पडदे बदलून घ्या मी नवीन कापड आणून शिवून देते. जुन्या पडद्यांचा रंग किती फिक्का झालाय.''

कधीतरी अजयची चौकशी करायला म्हणून येणारी मुलगी... अन्वया म्हणायची.

''बाबा, हे संखेडाचं फर्निचर, माझ्या पुण्याच्या फ्लॅटमध्ये न्यावं म्हणत्तेय. आता तिथं नवीन फर्निचर करणं खिशाला परवडणार नाही.''

दुसऱ्या आणि चौथ्या शनिवारची सुट्टी साधून पुण्याहून येणारा मुलगा अद्वैत म्हणाला होता. त्यावर नकारार्थी मान जोराने हालवून अजयने निषेध व्यक्त केला होता. डोळे मोठे करून, तो मुलाकडे बघत राहिला.

''पण बाबा मला गरज आहे. इथं धूळ खात पडलयं ना? तुमच्यासाठी आराम खुर्ची आहे. शिवाय डायनिंगच्या दोन खुर्च्या इथे ठेवल्या की झालं. कोण येतंय इथं?''

''हो, ना.''

भावाच्या सुरांत सूर मिळवून अन्वया म्हणाली,

''तर काय? अरे परवा मी म्हणाले आईच्या बनारसी साड्या नेते. मुलींना परकर पोलकी शिवली तर निदान घालतील तरी? आईच्या साड्या मी नेसेन. वहिनी नेसेल. पण छे! तेव्हापासून उलट कपाटाच्या चाव्या, विजारीच्या खिशांत घालून ठेवलेत!''

भाऊ बहिण तावातावाने बोलत होते.

खाली मान घालून, आरोपीच्या पिंजऱ्यात बसावा तसा अजय, खरं तर,

संतापाच्या झिणझिण्या अंगातून उठल्या होत्या. खूप ओरडावं, शिव्या घालाव्या आणि लाथा घालून हाकलून द्यावं. दोघांना, असं मनातून वाटत होतं. पण अजयनं मान खाली घातली ती वर केली नाही. तो ऐकत होता.

"आईचं प्रेम, आईची आठवण, आईचं मोठेपण सगळं आत्ता समजतय यांना! पण ती जिवंत होती तेव्हा? किंमत नव्हती तिची! याच घरात किती एकटेपण भोगलं तिनं? त्यावेळी? वेळी, अवेळी घरी येत होता. दौऱ्यावर महिनोन् महिने दौऱ्यावर जाताना? कधी विचार केलात तिचा? कुठं सन्मानानं नेलं तिला? कधी, कुणाशी ओळख करून दिली? नाही ना? लाज वाटत होती तिला पत्नी म्हणून बरोबर न्यायची. वाटणारच! साधी राहणारी आमची आई. बाहेरचं जग कधी दाखवलतं तरी तिला? आणि गरजच नव्हती तशी. सोबत असायची ना? तुमची ऐश्वर्या? पी.ए."

बिचारी आमची आई!

"एकटी, एकटी घुसमटत राहिली. तो ताण सहन न होऊन, एकटीच गेली. हार्टफेल! दोन दिवस या बंद घरात पडली तरी तुम्हाला पत्ता नव्हता. मी पुण्यात... अन्वया सासरी. मोलकरणीनं आरडा ओरडा केला तेव्हा. तीन दिवस झाले होते आईला जाऊन."

"तुम्ही होता दिल्लीत... अशोका हॉटेलात? पी.ए. ला घेऊन? नंतर आणि जाड मथळ्यात बातम्या."

"थोर विचारवंत श्रेष्ठ पत्रकार समीक्षक अजय देशपांडे यांना पत्निशोक."

बापाची चौकशी करायला येणारी मुलं, प्रत्येक वेळी असे वाग्बाण उधळून जात. जाताना बॅगा, पिशव्यात जेवढे मावेल, तेवढे सामान, बारीक सारीक वस्तू, गरज म्हणून, आईची आठवण म्हणून घेऊन जात. दरवेळी अजयला अधिक खच्ची करून जात. गेल्या खेपी अन्वयानं नवीनच प्रस्ताव आणला होता. "बाबा, हा एवढा मोठा टू रुम किचनचा फ्लॅट कशाला हवाय? चांगली किंमत येतेय. विकून लहान फ्लॅट घेऊ. माझ्या घराजवळच आहे. मला पण तुमच्याकडे लक्ष देता येईल. थोडे पैसे हाती येतील."

अन्वयाचं बोलण संपायच्या आत डोळे मोठे करून अजयने मोठ्यानं ओरडायचा प्रयत्न केला पण नेहमीप्रमाणेच आवाज उमटला नाही. न ऐकवणारा, विचित्र असा घोगरा आवाज घरघरत बाहेर आला. त्या श्रमानं, ओठाच्या कडेनं लाळ गळायला लागली.

"शी"

शहारुन अन्वया निघून गेली, ती आजवर परत आली नव्हती.

"शी"

ऐश्वर्यानंही हाच उद्‌गार काढत पाठ फिरवली होती. उफाड्याची, टंच शरीराची, तारुण्यानं निथळणारी ऐश्वर्या एके काळी त्याच अजयच्या मिठीत बिनदिक्कत शिरायची. त्याची विद्यार्थी, शिष्या, असिस्टंट, सहकारी आणि सर्व काही झालेली ऐश्वर्या.

अलीकडे त्याच्या विचारांचे भांडवल घेऊन, भाषणे देत होती. सेमिनार्स अटेंन्ड करत होती. उत्कृष्ट वक्ती, श्रेष्ठ विचारवंत, समीक्षक, पत्रकार ,ऐश्वर्याला आपोआपच अजयचे रिकामे व्यासपीठ मिळाले होते. आधी प्रत्येक भाषणात, लेखात ती अजयचा कृतज्ञतापूर्वक उल्लेख करायची. पण आता अलीकडे... तिच्या मुलाखतीतून एक वेगळीच ऐश्वर्या त्याला बघायला मिळत होती.

स्वयंभू, आत्मकेंद्रित, व बुद्धीला धार चढलेली ऐश्वर्या सोनटक्के...

जिनं अजयची बुद्धी, तारुण्याची ऊब, समाजात असणारं त्याचं स्टेटस... सारं शोषून घेतलं होतं.

ऐश्वर्या खरं तर एका गिरणी कामगाराची बुद्धीमान मुलगी.

प्राध्यापक अजयची विद्यार्थिनी असणाऱ्या ऐश्वर्याच्या मनात एक न्यूनगंड असायचा. परिस्थितीने आलेला न्यूनगंड. पण तिची कुशाग्र बुद्धी अजयने हेरली. कधी काळी तोही याच अवस्थेत विद्यार्थी म्हणून वावरला होता. पण केवळ बुद्धिच्या बळावर तो प्राध्यापक बनला. लेखक, नाटककार, समीक्षक व उत्कृष्ट वक्ता या नात्यानं, तो कुठल्या कुठे पोचला होता. प्राध्यापकाची नोकरी सोडून तो भाषणाची निमंत्रणे घेऊ लागला. परिचर्चा, सभांची अध्यक्षपदे त्याच्याकडे चालून येऊ लागली. राजकारण, समाजकारणावरचे त्याचे लेख, त्याच्या नाटकांचे विषय, भाषणातून तो करीत असलेली प्रभावी समीक्षा, टीका आणि शिक्षणक्षेत्रामधल्या सुधारणांविषयी त्याची आग्रही मते, याचा साऱ्या महाराष्ट्रात दबदबा होता. या सर्व निमित्ताने त्याचा घरात पाय टिकत नव्हता. अद्वैत, अन्वया, दोन मुले शिकली, मोठी झाली, लग्न लागून मार्गस्थ झाली. अजयच्या जीवनावर त्याचा परिणाम झाला नाही. शिवाय पिता या नात्याने कोणती तोशीशही पडली नाही. सारं काही अपसूक सुरळीत पार पडलं. अडचणी आल्या असत्या तरी त्या सोडवायला अजयजवळ वेळच नव्हता.

भाषणे देत, बुद्धीची पताका खांद्यावर मिरवत तो गावोगावी फिरत होता. ऐश्वर्याची ऊबदार सोबतही होती. ती सोबत तिने स्वत:हून दिली होती. टीका, लोकापवाद यांची तिला पर्वा नव्हती. पण... आज

आज... सारं संपून गेलं होतं. ते झिंग आणणारे दिवस, प्रसिद्धीच्या अश्वारुढ लाटा, मंतरलेल्या रात्री, हार, तुरे, सन्मानचिन्हं, स्तुतीपाठकांचा तांडा, टाळ्या... अजयनं खिडकीचा पडदा सरकवला. प्रशस्त काचेच्या तावदाना पलीकडे... भिजून सुखात चिंब नहाणारं धावतं जग उभं होतं.

पण त्या जगाशी आता अजयचा संबंधच उरला नव्हता. काठीचा आधार घेत घेत अजय कोचवर बसला. तेवढ्या श्रमानेही त्याला थकवा आला. कोचाच्या ऊशीवर मान टेकवून तो पडला. पोस्टकार्ड कलरचा वॉलपेपर लावलेल्या भिंती, शेवाळी रंगाचे पडदे, भिंतीच्या रॅकवर मांडलेली त्याची मानचिन्हे, प्रशस्तीपत्रके, पायाखालचा गालिचा, सारं घर नीटनेटकं, कलात्मक मांडलेलं... एका कोपऱ्याचा कोन साधून ठेवलेला स्टिरिओ, स्पीकर, ओनिडा टी.व्ही साऱ्या वस्तू... या घरात कधी आल्या? आपण अवंतीला कधी पैसे देत होतो?

त्यात काटकसर करून तिनं हे कधी आणलं? त्यावेळी आपल्या लक्षांतच कसं आलं नाही? तिला भावगीतं ऐकायला खूप आवडायचं लग्न झाल्यावर, काही दिवस जागा नव्हती म्हणून काकांकडे रहावं लागलं. खेड्यातून आलेली साधी, काळी सावळी, कमी बोलणारी, खालमानेनं वागणारी अवंती, कधीतरीच बोलून जायची.

"आपलं घर झालं ना? की आपण एक छानपैकी टेपरेकॉर्डर आणू. तुम्ही आणि मी दोघेच... माझी आवडती भावगीतं ऐकू. आवडेल ना?"

काकांची चाळ ते पार्ल्याचा फ्लॅट हा कष्टाचा प्रवास तिनं तक्रार न करता पार केला होता. अजयला परोपरीनं जपलं होतं. जे त्यानं कमावले त्यात समाधान मानलं होतं. दोन मुलांमध्ये रमून गेली होती. इथं अजयचे ग्रह बदलून गेले. नाटककार, लेखक, समीक्षक, पत्रकार या नात्यानं मोठ्या विचारवंत माणसांत, राजकारणी माणसांत त्याची ऊठबस सुरू झाली. प्रवास सुरू झाले. वागण्यात वेगळे शिष्टाचार शिरले. ग्लॅमर टिकवण्यासाठी नाटकीपणा आला. वागण्यात, बोलण्यात प्रौढी आली. या ना त्या कारणाने भरपूर पैसा हाती खेळू लागला. त्याने टीका करु नये म्हणून, समीक्षेत झोडपू नये म्हणून, उच्च अधिकारी, प्रशासक, राजकारणी त्याची मर्जी राखू लागले. भेट वस्तूंच्या रुपाने नको ती प्रलोभने समोर आली. विमानाची तिकिटे, पंचतारांकित हॉटेल्स, गुळगुळीत उंची जीवनमानाची चटक लागली. स्वत:च्या विचारांची, वक्तृत्वाची, टाळ्यांची नशा चढली. आणि ऐश्वर्याच्या सहवासाची झिंग...

ते सारं बघता बघता, अवंती स्वत:हून मागे मागे सरकत एक कोपरा गाठून बसली. कधी? अजयचं लक्ष नव्हतं. समोरच्या भिंतीवर अवंतीचा फोटो होता. नाकात नथ, केसांत माळलेला गजरा, अंगभर पदर घेतलेली हसणारी अवंती - तिचा फोटो बघून--

काळजातून हुंदका आला. जीव फुटेस्तोवर रडावं, असं वाटत होतं. आक्रोश करावा. मोठ्यानं बोलावं. निदान अवंतीच्या फोटोशी बोलावं, तिची क्षमा मागावी. दोन्ही हातांनी थडाथड गालफडात मारुन घ्यावं असं खूप वाटत होतं. पण तो

काहीच करु शकत नव्हता. त्या दिवशी कलकत्त्याच्या एका सभेत बोलता बोलता अजय पक्षाघाताच्या तीव्र झटक्यानं खाली कोसळला होता. जिवंत होता, पण शरीराची उजवी बाजू निकामी झाली. त्याचा हुकमी आवाज, उजवा हात, उजवा डोळा, पाय सारं निकामी... झालं होतं. जिवंत असून मृतवत... अजय, जगत होता. आणि कणाकणाने रोज मरत होता.

खरंच आपण मरायलाच हवं होतं. हे कसलं जगणं?

अवंती खरी भाग्यवान! झटक्यात संपली आणि चटका लावून गेली. आणि आपण?

आपण कधी मरणार याची वाट बघताहेत मुलं. कुणाला फ्लॅट हवाय, तर कुणाला कॅश, कुणाला लॉकर बघण्याची उत्सुकता, तर कुणाला सामान हवंय! फक्त अवंतीला... हे काही नको होतं. तिला जे हवं होतं ते...

अवंती! हवी होती. ती टाकून गेली नसती. ती असती तर मुलांना सारी उत्तर तिनंच दिली असती. आपल्याला जपलं असतं. सोबत केली असती. पण अवंती गेली. नवरा, मुलं, पैसा, सारं असताना, या घरात एकटी जगली. मुलं त्यांच्या नादात... आपण आपल्या मस्तीत... तिनं सर्वांच केलं पण सारे कृतघ्न निघालो. कधी एका शब्दानं, वागण्यानं कृतज्ञता दाखवली नाही. स्वतःचेच शब्द भिंतींना टक्कर देत कानावर यावे तसे अजयला ऐकू आलं.

"जागत का बसतेस उपाशीपोटी? मी जेवून आलोय, थकलोय."

आणि --

पाठ फिरवून झोपणं.

तिच्याशी दोन शब्द बोलावे असं कधी वाटलंच नाही. काय बोलणार? भाजीचे दर? अन्वयाचं डोहाळजेवण? की अद्वैत? पण त्यापेक्षां...

ऐश्वर्याचं मधुर आवाजातलं, उच्च विचारांनी भारलेलं बोलणं ऐकून पोट भरलेलं असायचं. अवंती अळणी वाटायची. अवंती! कसं सोसलं असशील ते एकटेपण? मुलांच्या लग्नात नऊवारी नेसून, शेजारी बसलेली अवंती... गोड दिसत होती. हे मनाला जाणवलं... पण ते दोन शब्द तोंडातून बाहेर आले नाहीत. उलट व्याह्यांकडच्या माणसांच्या नजरेतलं आपल्या वलयाचं कौतुक बघून सुखावत होतो.

अवंती! तिचा आवाज --

काहीच आठवू नये, इतके दूर कसे गेलो आपण? काडी काडी कमवून घर तयार करून अवंती निघून गेली. चूपचाप ---

तिचं प्रेत दोन दिवस सडून राहीलं. अवहेलना!

जिवंत असताना... आणि मेल्यावर सुद्धा...

क्षमा कर अवंती क्षमा कर!

डाव्या हाताची मूठ कपाळावर मारुन घेत अजय रडत होता. जो एकटेपणा, जी प्रतारणा या घरांत अवंतीनं भोगली, त्यापेक्षाही कठोर वास्तव तो भोगत होता. आकाशात झेप घेता घेता पंख छाटून, जमिनीवरच्या शेवाळलेल्या डबक्यात पडावं अशी अवस्था... ना जगणं... ना मरणं!

ज्या हातानं लिहिलं जाई तो उजवा हात लुळा झालेला, ज्या अमोघ वाणीनं सभा मंत्रमुग्ध होई... ती वाणी मूक झाली होती.

अवघ्या दोन वर्षातच, समाज त्यांना विसरुनही गेला होता. समाजाला वेळच नसतो तेवढा! कुणाची जागा कुणाशिवाय रिकामी कधी राहात नसते. ऐश्वर्यानं त्या संधीचा फायदा घेतला त्यात तिची चूक नव्हती. दुःख या गोष्टीचं होतं की अजयच्या बुद्धीचं, पिळदार शरीराचं अप्रूप वाटणारी ऐश्वर्या आज त्याच्याकडे ढुंकून बघत नव्हती. ज्या मुलांसाठी सढळ हातांनी पैसा खर्च केला ती मुलं, त्याच्या मरणाची वाट बघत होती.

कोचावर मान टेकवून अजय विचार करत होता. स्वतःचे सिद्धान्त, स्वतःचे विचार, तत्वज्ञान सारं किती फोल होतं. त्याची घमेंड, वागणं हे तर मूर्खपणाचं होतं. काय समजलंय आपल्याला? जे समजलं असं वाटतं. ते तर शब्द आहेत... फक्त शब्द.

टाळ्या घेण्याचे... मानचिन्हं घेण्यासाठी गोळा केलेले शब्द... म्हणजे जीवनाचा अर्थ समजणं नव्हे... तर माणसानं माणसाला समजून घेणं. दुसऱ्याच्या व्यक्तिमत्त्वाचा आदर करणं म्हणजे जीवन.

ज्यांना आपण माणसं समजलो, तो तर एक समुदाय होता माणसांचा... काही अपेक्षेनं एकत्र आलेला-काही अपेक्षेनं स्तुती करणारी माणसं... माणसांचा समाज... ऐश्वर्या, अन्वया, अद्वैत यांना आपण ओळखू शकलो नाही. रात्रंदिवस डोळ्यांचा दिवा करून वाट बघणारी, तक्रार न करता, फक्त प्रेम करणारी, अवहेलनेचं दुःख मुकाट गिळणारी अवंती खरा माणूस... खरं जीवन प्रेम, त्याग, समर्पण! हाच ना जीवनाचा पाया? आपण फक्त बोललो पण खरा अर्थ आपण समजू शकलो नाही. मग काय समजलंय आपल्याला? मूर्ख अडाणी आहोत आपण!

हे समजावं म्हणून तर ही शिक्षा दिली नसेल? पूर्वी कधीतरी वाचलेली कथा त्याला आठवली.

"मरणाच्या दारात पडलेल्या श्रीकृष्णाला भेटायला अर्जुन चालला होता. वाटेत नारदमुनी भेटले. त्यांनी सल्ला दिला अर्जुनाला 'जा'अर्जुना. पण कृष्णाला स्पर्श मात्र करु नकोस. पस्तावशील.''

श्रीकृष्ण वेदनांनी तळमळत होते. पण अर्जुन दूर बसून फक्त चौकशी करत होता. अगदी न राहवून जाता जाता त्यानं फक्त धनुष्यानं श्रीकृष्णाला स्पर्श केला.

वाटेत त्यानं पाहिलं की गंधर्वकन्यांना राक्षस पळवून नेत आहे. अर्जुनानं धनुष्याची प्रत्यंचा खेचली. पण त्या धनुष्यातली शक्तीच निघून गेली होती. श्रीकृष्णाची आकाशवाणी कानावर आली,

"अर्जुना तुझ्या धनुष्याचे काम पूर्ण झालेय. मी ते निष्प्रभ करून टाकलंय."

"कृष्णा, धनुष्याशिवाय अर्जुन?"

"गड्या हा शेवट आहे. जसा आहे तसा स्वीकार."

ती गोष्ट अजयला आठवली. त्याची बुद्धी, त्याची वाणी, त्याचे लेखन यांच काम पूर्ण झालं होतं. म्हणून ते सारं निष्प्रभ झालं होतं. आता समोर होता तो शेवट होता. स्वीकारायला हवा.

अवंतीने स्वीकारला तसा! ते धैर्य कुठून मिळवलं? अवंतीच्या फोटोवरचा हार सुकला होता. तो काढून टाकायला हवा होता. रोज ताजा हार घालायला हवा. तरच कुठे तिला समाधान वाटेल. खोलीला जिवंतपणा येईल. कामाची बाई आली की सांगू. सांगू? कसं सांगणार?

हातामधल्या काठीनं हार काढायचा त्यानं प्रयत्न केला. उलट तो अर्धवट लोंबू लागला. एवढ्यात लॅच की नं दरवाजा उघडून कामाची बाई आली. अवंतीच्या हाताखाली तयार झाली. परिबाई म्हणजे अवंतीची मैत्रिण!

"आ? साहेब, काठी घेऊन काय करताय? का माजा नवरा शिरलाय अंगांत? अस्साच काठी घेऊन बडवतो बगा! पण तुमी बाईच्या फोटूला? हां हां हार काढायचाय व्हय? म्या काडतू. बस्सा. असं निवांत. चा करतो. टोस्ट करतो. आज जरा उशीर झाला. पोरीचं लगीन ठरलं. त्यात वेळ गेला. पण जीव सम्दा हिकडंच? बाईसाहेब होत्या तवाची गोष्ट येगळी. दांड्यावर दांड्या मारायची म्या. पन् कंदी रागावली न्हाय माय. लई कनवाळू."

बोलता बोलता परिबाई झटाझट कामं करत होती. ओटा, स्वयंपाकघर, टेबल स्वच्छ करून, तिनं गरम चहाचा मग, ब्रेडटोस्टला लोणी लावलेली प्लेट... औषधाच्या गोळ्या... सारं नीटपणे मांडलं."

"या साहेब. बसा अस्से. सावकाश घ्या" भाजी चिरता चिरता परिबाई बोलत होती.

"आज माझ्या सोनूचं लगीन नक्की झालं. गरीब असलो तरी रीतभात चुकत न्हाई साहेब. दोन कांकणं, गंठन, कुडी, चार कपडे आणि लग्न खर्च इतकं तरी नको साहेब? बाईसाहेब म्हणायच्या जशी अन्वया तशी सोनू. मी करीन सगळं. पन् गेल्या तुमच ह्ये असं. अगं बया? पोरीचं लगीन ठरलं म्हणून आज फोटूस हार आणलाय. पेडे आनल्यांत... ते सोडून बसलो न्हवं बडबडत?"

परिबाईनं निशिगंधाचा हार अवंतीच्या फोटाला घातला. निरांजनं पेटवली.

उदबत्त्या स्टॅंडमध्ये खोचल्या. पुडी सोडून दोन पेढे तबकात ठेवले. आणि डोकं टेकवून नमस्कार करून, गदगदत्या आवाजात म्हणाली,

"सती-पार्वती होती मायबाई. काळजी नको माये. मी काळजी घेईन साहेबांची. तुजा सारा जीव सायबात होता. मला ठांव हाय. आज तू असतीस तर सोनूच्या लग्नाचा घोर लागला नसता जिवाला. पन् हुईल कसं तरी... तुझा आशीर्वादच लयी भारी हाय."

चहा पिण्याचं विसरुन, डोळे भरुन अजय ते दृश्य बघत होता. परिबाई बोलत काम करत होती.

"बरं का साहेब, अन्वयाताई आनी अद्वैत लई तरास घेयचे बाईसाहेबांना. त्यांचे दोस्त, दोस्तीनी, रातचे उशीरा घरला येनं. छ्या छ्या. अन्वयाताई तर एका किरिस्ताव पोराच्या नादाला... एका राती घरी आल्याच न्हाईत. म्या, माजा मालक आनि बाईसाहेब... रातचं टॅक्सीनं लई फिरलो. घर हुडकलं तवा ताई सापडली. त्या पोराची माय लई भली--तिनं समजूत घातली, तवा कुटं ताई घरला आली. दोनी पोरांनी लई घोर लावला बाईसाहेबांच्या जिवाला. नशिबानं निस्तरलं समदं. पुण्याई म्हना न्हवं? पन् लय सोसलं." आजवर न बोलणारी परिबाई धबधब्यासारखी बोलत होती. अजय ऐकत होता.

आपण खूप बोलतोय हे ध्यानी येऊन परिबाई म्हणाली,"चला साहेब कोचावर बसून घ्या. टेप लावतो, ऐका. तोवर चार चपात्या होतील. पानी गरम होईल. हं बस्सा अश्शे."

कॅसेटच्या कव्हरवरचा फोटो ओळखून, ती कॅसेट टेपमध्ये घालून तिनं टेप ऑन केला.

"बाईसाहेब ह्येंच गान रोज ऐकायच्या. रोज तेच हे गाणं?" अजयला हे सर्व नवीन होतं. मुलांनी अवंतीला दिलेला त्रास--तिचं आवडत गाणं.

तुझ्या एका हाकेसाठी...

किती बघावी रे वाट--

अजयच्या डोळ्यातून धारा वाहात होत्या. नवरा, मुलं कुणीही जिची कदर केली नव्हती ती अवंती.

कुणाच्या हाकेची वाट बघत होती?

आपल्या की मृत्यूच्या?

मृत्यू हा शेवट असतो? तर धनुष्यातली शक्ती गेल्यावरही अर्जुन का जगला? याचं कारण...

जगण्याचं इप्सित संपलं, तरी हा देह त्यागण्याची वेळ यावी लागते. जे पापी आहेत त्यांना देह दंड भोगत त्या क्षणाची वाट बघावी लागते. एका पतिव्रतेचे अश्रू,

खूप बोलके, खूप समर्थ असतात. या घरांत अवंतीने जे अश्रू गाळले, त्या एक एक अश्रूची किंमत मोजावी लागणारच कारण आपण कारणीभूत आहोत, त्या अश्रूंना!

"मी सोसेन अवंती...सारं सोसेन. तुझ्या अश्रूंचं सोनं व्हावं म्हणून सोसेन. तुझी वेदना मी अनुभवेन. त्यासाठी जिवंत असेन कदाचित! पश्चातापाच्या अश्रूंनी माझं पाप धुवून काढेन अवंती!"

काठीच्या आधारानं अजय आतल्या खोलीत गेला. कपाट उघडून त्यानं अवंतीच्या भारी साड्या एका बॅगेत भरल्या. ड्रावरमधली सोन्याची चार कांकणं, कंठी आणि कुडीचं बॉक्स त्या बॅगेत ठेवलं.

"काय करताय साहेब? पानी तापलंय चला"

परिबाईला बॅगेजवळ बोलावत खुणेनं अजय सांगत होता.

"हे सम्दं सोनूला? नगं सायब नगं. उगाच चोरीचा आळ येईल गरीबावर! नगं. लगीन कसं बी हुईल. पन् अब्रू गेली तर? पाया पडतो म्या. नगं मला. तुमी घट्ट व्हावा. सम्द पावलं मला."

रडत परिबाई बोलत होती. अजय टेलिफोनजवळ बसला.निकम वकिलांचा टेलिफोन नंबर त्यानं फिरवला. परिबाई सांगत होती. "निकम साहेब, देशपांडे साहेबांना भेटायचं हाय. कवा येता? उद्या? या. हं का. मगं नगं. आज रातीलाच या म्हनं!"

फोन ठेवून परिबाईनं विचारलं "वकिलास्नी कशापायी बलवलंसा साहेब?"

अजय हसला. वुईल करायचं होतं. तरच अवंतीच्या जिवाचं समाधान होणार होतं. हे घर अवंतीचं. त्या अवंतीला ज्यांनी दु:ख दिलं, त्यांना या घरावर अधिकार सांगण्याचा हक्कच नव्हता. पण ही परिबाई, जिनं काकांच्या चाळीपासून अवंतीला सोबत केली, जी परिबाई, तिला देवता मानत होती, त्या परिबाईची गरीब अवस्था संपेल, इतके पैसे तिला द्यायचे होते. सोनूचं लग्न अन्वयासारखंचं थाटात करायचं होतं.

या घरातल्या अन्वयाच्या साऱ्या वस्तू सोनू वापरेल. हा फ्लॅट खरंच विकायला हवा. पुण्याच्या जवळपास लहानसा बंगला घेता येईल. आउट हाऊसमध्ये परिबाई आणि तिचा नवरा राहू शकतील. तो माळी आहे. फुलबाग करु. अवंतीची आवडती फुलझाडं लावू. जे जे अवंतीला आवडेल ते ते करु. परिबाई म्हणते ते खरंच आहे. सर्व काही कायदेशीर व्हायला हवं. नाहीतर ही स्वार्थी मुलं... या गरिबांना नको जीवन करून टाकतील. उद्या कशाला? निकम वकिलांना, डॉक्टर फडकेंना आज रात्रीचं बोलवावं. उजवा हात निकामी झाला तरी काय झालं? डावा हात शाबूत आहे. आज सारं लिहून काढावं. वेळ संपण्यापूर्वी खूप काही चांगलं करता येणार आहे.

धनुष्य निष्प्रभ झाल्यावरही देहत्याग करण्याची वेळ येईपर्यंत, अर्जुन जगलाच ना? त्या काळात त्यानं काय काय केलं असेल?

ठाऊक नाही. शोधलं पाहिजे कधीतरी. पण माझी वेळ येईपर्यंत मी काय करायचं... ते मात्र ठरवलं पाहिजे. अवंतीला समाधान वाटेल असं करता करता, मनातलं सारं मळभ ओसरुन जाईल. संभ्रमाचे सारे ढग निघून जातील. आणि मनाच्या आत दडलेली सुंदरता, संयम आपसूक उमलून येईल. या बंद काचेच्या घरात लाळ गाळत जगण्यापेक्षा बाहेरचं सुंदर जग... जे आजही आहे. त्यांत मी जगेन. या जगात केवळ ऐश्वर्या, अन्वया, अद्वैत इतकेच नाहीत तर... ॲडव्होकेट निकम, डॉ. फडके, ही भाबडी परिबाई, काठी घेऊन तिला बडवणारा तिचा नवरा, सोनू हे पण आहेतच! त्यांची मदत म्हणजे खूप काही अजूनही जवळ आहेच.

विचारांच्या भरात अजयनं आंघोळ आटोपली. स्वच्छ कपडे घातले. अवंतीसमोर उदबत्त्या पेटवल्या. परिबाई तत्परतेने त्याला मदत करत होती. तिला आज सायबांचं नवल वाटत होतं. कधी नव्हे इतका उत्साह त्यांच्या हालचालीत आज दिसत होता. चेहरा आनंदी होता.

आईच्या मायेनं, तिनं दुधाचा ग्लास त्याच्या टेबलावर ठेवला. त्याच्या खाणाखुणा समजून घेऊन, ड्रॉवरमधले कागद, पेन त्याच्यासमोर ठेवले. कॅसेट घालून, टेप चालू केला. अवंतीचं आवडतं गाणं ऐकता, भान हरपून, डाव्या हाताने, वेड्यावाकड्या अक्षरांत अजय लिहित होता. ॲडव्होकेट निकम येण्यापूर्वी, सारं पूर्ण व्हायला हवं होतं.

समोर फोटोतली अवंती हसत होती. स्वयंपाकघरातून आईची माया, त्याच्यासाठी अन्न शिजवत होती.

जरी या पुसून गेल्या...
साऱ्या खुणा रे...
हा चंद्र पाहताना,
होते तुझी पुन्हा रे.

अवंतीचं भावगीत घरभर पसरलं होतं. आणि अजयच्या मनांत एक आगळे समाधान!

◆

अर्थ

सकाळची तिरपी उन्हं पडक्या भिंतीवरुन आत उतरली. तरी त्या पडक्या भिंतीशी पाय पोटाशी घेऊन मुटकुळं करून पडलेल्या, फाटक्या पोत्याच्या आतल्या जीवांना कशाचंच सोयरसुतक नव्हतं. ना बाहेर पडलेल्या कडाक्याच्या थंडीचं, ना थंडीतून आरपार घुसून भिंतीवर तिरप्या रेषेत उतरणाऱ्या सूर्यकिरणांचं! फाटक्या चादरी, चिरगुटं, पोती जे जे मिळेल त्यात घुसून त्यांनी रात्र संपवत आणली होती. मोडक्या घराच्या पडक्या भिंतीशी पडलेले ते कापडांचे गोळे आणि त्या कापडाच्या आत उगीच धुगधुगी राखून हलणारे श्वास! त्या सात आठ जीवांच्या जिवंत अस्तित्वाची एक हलणारी खूण, इतकंच!

सूर्यकिरणांनी उबारा यायला लागला तसा गणू धडपडत उठून बसला. डोळ्यांनी बघण्याचा प्रयत्न करु लागला. काही दिसेचना! तसा तो दचकला.

"डोळं बी गेलं की काय?"

त्यानं सदऱ्याच्या बाहीनं डोळे चोळले. लुकूलुकू प्रकाश नजरेत आला, तसा तो भिंतीला टेकला. हळूहळू नजरेला स्वच्छ दिसायला लागलं. मोडक्या घराची खूण उरलेली ती अर्धी भिंत! काटकोन करून उभी असलेली. छप्पर नसलेली. पण ते मोडकळीला आलेलं गावापासून जरा दूर असलेलं आणि रात्री आसरा देणारं त्या सर्वांच ते घर! ते घर होतं म्हणून तर सांजवेळ, रात्र अशी निघून जात होती. लांब सोलापूरच्या बाजूचं दोन आखणी घर सोडलं... आणि वणवण सुरू झाली. त्यानंतर जास्ती दिवस विसावा देणारं, हे घरच आता आपलं घर आहे असं वाटायला लागलं होतं. त्याला झालेल्या रोगाची शंका मनात घर करायला लागली. तशी सरसा अंग चोरुन वागायला लागली. सखू जोतीला त्याच्याजवळून दूर दूर करायला लागली. स्वत: गणू हरीण काळजाचा गडी! कानाच्या पाळ्या, नाकाचा शेंडा जाड फुगवट दिसू लागला. पायाची बोटं सुंदाटल्याचा भास झाला तसा गणू हडबडून गेला होता. लहानसं घर, जीवाला जीव देणारी कारभारीण, जीव लावलेले सखू, जोती, गोठ्यातली तानी आणि दिवसभराचे कष्ट यांतून दिवस कधी उगवायचा आणि कधी

संपायचा ते समजायचंच नाही.

"विठ्ठला, पांडुरंगा कशासाठी रं इपरीत घडवलस?" गणू बसल्या बसल्या पुटपुटला. घरच्या आठवणीनं नुकत्याच स्वच्छ झालेल्या डोळ्यात पाणी भरलं. नजरेसमोरचं दिसेनासं झालं. त्यानं सदऱ्याच्या बाहीनं डोळे कोरडे केले. घराच्या समोर लांबसडक रस्ता पसरला होता. आता थोड्या वेळानं रस्त्यावरुन लाल एस.टी.बस धावायला लागेल. वावरातून माणसं कामाला जुंपून घेतील. गाव जागं होईल. त्यापूर्वी वावरालगतच्या ओढ्यावर जाऊन सगळं आटोपायला पाहिजे. नाहीतर सकाळच्या वेळेलाच गावकऱ्यांच्या शिव्या ऐकाव्या लागतील.

"म्हाद्या, गंप्या, बंक्या अरं उठा मर्दानू!" पण कुणी हाललेच नाहीत.

"निजू देत. नीज लागतीया, तेवडीच सुकाची येळ. उटलं की सुरू हायच वनवन पोटासाठी! लाजीरवानं हसत, खुरडत कसा तरी ढकलायचा दीस!"

गणूनं पायाच्या चिंध्या घट्ट बांधल्या. पत्र्याचा डबा घेतला. कुबडीवर शरीर तोलत तो ओढ्याच्या दिशेने खुरडत निघाला. फाटत्या मुंडाशानं कान घट्ट झाकून घेतले. आपला चेहरा कसा दिसत असेल? तो विचार करत होता. लहरी फेटा, बाशिंग बांधलेला त्याचा चेहरा आणि बाशिंगाच्या आड लपलेला सरशीचा गोल चेहरा, हनुवटीवरचा गोंदणठिपका नजरेसमोर आला. एक कळ काळजातून शिरशिरत गेल्याचा भास झाला.

"दोन तीन वर्ष झाली. कशी असतील पोरं? सरसा, ज्योत्या शाळेत जात असल आता."

डबा पाण्यात बुडवून पाण्याचा सपकारा तोंडावर मारला. सकाळी तो उठायच्या आत सरसा मोठं तपेलं गरम पाण्यानं भरुन ठेवायची. दातवणानं गरम पाण्यानं तोंड खंकाळून धुऊन घरात येईस्तोवर गरम चहाचा मोठा पेला ठेवून, पाट मांडून सरसा त्याची वाट बघत असे. चुलीतल्या लाल धगीनं तिचा उजळून गेलेला चेहरा, घराकडे परतणाऱ्या गणूला आतापण आठवलं. त्या दिवशी पहाटे त्याने घर सोडलं. जी पहिली एस.टी. फलाटाला लागली, त्या गावाचं नाव न विचारताच तो आत चढून बाकावर बसला. बसने पुण्यात आणून सोडलं. खिशातले पैसे संपेपर्यंत तो नव्या गावी, नव्या बसमध्ये बसून जातच राहिला. घरापासून दूर पळत राहिला. सरशी, सखू, जोत्याला या लागणीपासून, लोकांच्या कुटाळकीपासून वाचवण्यासाठी जिवाची वणवण करत राहिला. जोवर हात-पाय धड होते तोवर मजुरीची काम मिळत होती. पण रोगानं पायावर, चेहऱ्यावर छाप उमटवायला सुरुवात केली तसा गणूच मग तोंड लपवून फिरायला लागला. फिरत फिरत आता अजिंठ्याच्या पायथ्याशी येऊन या मोडक्या घरात विसावला होता.

गणूनं तीन दगडात कागद, काटक्या घालून जाळ गेला. पाण्यानं भरलेली

आलिमिनची डेचकी त्या दगडी चुलाणावर ठेवली. बाहेर येणारा जाळ आत ढकलू लागला. पाय कामातून गेले होते. पण अजूनी हातांना धुगधुगी जाणवत होती.

"देवानं कशासाठी जगवलं असेल? कसले भोग अजूनी वाट्याला ठेवलेत, त्योच जानं!"

शरीर रोज गळून पडत होतं. कणाकणानं झिजत चाललं होतं. पाय काम करत नव्हते, पण मन मात्र जिवंत होतं. शरीराच्या संज्ञा संपल्या होत्या. पण मनाला ओरखडे उठतच होते. अजून हात शाबूत होते. धडधाकट होते.

"या जिन्याला काय अरथ? मरानं परवडलं. दु:खाची गळवं बाळगत झिजत कशापायी जगावं?"

गणूनं एकदा भेटलेल्या गोसावीबाबाला विचारलं होतं.

"अर्थ? मी कसा सांगू बेटा? पण इतकं सांगू शकतो की, परमेश्वराच्या प्रत्येक कृतीला अर्थ आहे. हेतू आहे. इतकं भयानक जगणं तुझ्या वाट्याला आलं याला निश्चित काही अर्थ आहे. तुझं त्या संसाराशी नातं संपलं. आणखी कुणाचं काही देणं लागत असशील त्यावेळेपर्यंत जगावंच लागेल तुला. तो अर्थ त्यावेळी उलगडेल. घाबरु नकोस. त्याच्यावर भरवसा ठेव, नामस्मरण कर. तो तुझी बायकापोरं सुखरुप राखेल. तुझे दिवस तरुन जातील. अरे, नामस्मरणानं पाषाणसुद्धा तरुन गेलं. आपण तर माणसं."

गोसावीबाबा तीन दिवस, तीन रात्री त्या परक्या गावात त्याच्यासोबत राहिला होता. त्याच्या वाहत्या शरीराला, मनाला मायेनं मलमपट्टी केली होती. धीर दिला होता. तिसऱ्या दिवशी "अल्लख निरंजन" करत गोसावीबाबा गाव सोडून निघाला. तसा गणू लहान पोरासारखा ढसढसून रडला होता. त्याला मायेनं थोपटत गोसावीबाबा म्हणाला,

"उगी. रडू नकोस गड्या. अरे, अजूनी मायेत गुंततोस? ती घरवाली, ती मुलं, घर, ते गाव, इतकचं काय हे शरीरपण तुझं नव्हे. जे तुझं आहे ते शोध, त्याचा अर्थ शोध!"

गोसावीबाबांचं बोलणं समजत होतं. त्या दिवसापासून त्यानं विठ्ठलाचं नाव घ्यायला सुरुवात केली.

"तू नामस्मरण केलंस तर तुझी बायकापोरं तो सुखरुप राखेल."

बस्स, एवढ्या एकाच आशेवर तो विठ्ठलाचं नाव घेत होता.

"इट्टला, पांडुरंगा, सांभाळ रं बाबा."

चहाचं भांडं उतरवत तो मोठ्यानं म्हणाला, तशी निजल्याजागी खालूनच नाम्यानं शिवी हासडली.

"गणादा, कशापायी त्या चांडाळाचं नाव घेतोस सकाळी उठून? त्यो बसलाय

पंढरपुरात पूजा करून घेत आणि परसाद खात! त्यो काय करनार तुझं?'' नाम्याचा चिरका आवाज आला तसा म्हादा चिरगुट सावरत उठला.

"तर काय?'' म्हादा जमिनीवर थुंकत म्हणाला.

"इतक्या लांब खुरडत परवा पंढरपुरला न्हेलंस, भेटला तुझा इट्टल? झालं दरसान?''

"पन् ते आठ दिवस पेटभर खाना तो मिला?'' म्हाद्याच्या चहाच्या रटरटणाऱ्या आधणानं उठवलं होतं. "देख गणूदा, त्ये उठसूट नाव सोडून दे. अरे, कुत्र्याला एक वेळ मायेनं जवळ घेतील पन आपून माणसं! आता रोग झाला त्याला आमचा काय दोष? म्हणून काय माणसानं माणसाला असं वागवायचं? छ्या! गळा घोटावा एकेकाचा असं होतंय.'' आपल्या थोट्या हाताकडे बघत त्वेषाने म्हमद्या म्हणाला.

"मला तर रस्त्यानं जानाऱ्या प्रत्येक चांगल्या मानसाचा राग येतूया. एखादी गोरीगोमटी शेलाटी माझ्याकडं बघून नाक मुरडती, तवा जाळ उटतूया काळजात. एकटी गावली तर कोंबडीच्या पिसागत उसकटून टाकीन.''

बंक्या चहाचे टमरेल देत म्हणाला. त्याचे पाय गेले होते. तो घसटत जाऊन भिंतीला टेकला. टमरेलातला चहा फुंकून प्यायला लागला. गणूनंही टमरेल तोंडाला लावलं. ते गरम कडूजार पाणी पोटांत गेलं तसं बरं वाटलं. बाकीचे सारे खाली मान घालून चहाचं पाणी पोटात ढकलत होते.

म्हद्या, नाम्या, बंक्या, म्हमद्या, सदा, नाऱ्या एकेक करत या जागेवर येऊन पोचले होते. कुणाला गाववाल्यांनी दगडांनी मारुन हाकलून दिलं होतं. कुणी स्वत:चं घर सोडून पळून इथवर पोचला होता. साऱ्यांची दु:ख गळणाऱ्या शरीरापेक्षा भयानक होती. मनाची राख झाली होती, शरीर मात्र हळूहळू संपत होतं. सारेच एकमेकांच्या आधारानं जीव धरुन घराच्या आसऱ्यात जगत होते. गाव जवळच होतं. कुणी दुकानदार डाळ-तांदुळ देई. एखादा हॉटेलवाला रोज सकाळी उरलेलं अन्न त्यांच्यासाठी राखून ठेवत असे. कुणी चार वाजताचा चहा देई. पै पैसा करत आठ-दहा रुपये सहज गोळा होत. त्यातून सकाळचा चहा, पाव, रात्रीचा डाळभात या पडक्या भिंतीच्या आडोशानं पोटात ढकलीत ते दिवस संपवत असत.

"गणादा, काल हितं मानसं आली हुती मोटारीतनं बसून. ह्ये घर, जागा त्येंची म्हनं! हितं हाटील बांधनार म्हनत हुता मालकाचा पोरगा. ह्ये घर भिंती म्हैनाभरात पाडनारं म्हनं?'' नाऱ्या म्हणाला.

"आत्ता रं मर्दानू? कुठं जावावं आता?''

"गणादा, लांब नागपूराकडं मोठ्ठी जागा, मोठ्ठी घरं हाईत म्हनं. तिथं जावावं असं धा डाव वाटतंया. घेलाचंद श्येट बी सांगत हुता, एका बाबानं आपल्या सारख्यास्नी आधार दिलाय म्हनं? काम भेटतं, घर मिळतं, जाऊ या? कुटवर ही

वनवन करावी? आनी दोन वरसांनी त्ये बी हुनार न्हाई.'' बंक्या उदासला होता.

''आता कुटं ह्यो अजिंटा आणि कुटं नागपूर? उगाच लंकेत सोन्याच्या इटा हाईत पून आपल्याला काय उपेग?'' म्हमद्या म्हणाला, गणू हसला, तो म्हणाला,

''वेळ आली की देव आपसूक राखन करेल. गेलं दीड वरीस हिथं सांबाळलंच न्हवं त्येनं? काढूया काही मारग. त्याच्या मनात आलं तर पोचवेलही नागपूरला. मानसाच्या रुपातला तो बाबाबी भेटेल. पून गड्यानू ही शिवीगाळी, चोरी, घाणेरडेपणा वागनूक सोडा. अरं ही समदी भवत्यालची मानसं माजं माजं करत धावत्यात, पून त्ये खरं नव्हं. त्ये कायबी खरं न्हाय, ह्येत्यास्नी समजत न्हाई. देवानं खरं ग्यान आपल्याला दिलं. या रोगासोबतीनं! आता दुक वाटतया खरं पून इचार करा. म्हंजी समदं समजल आपसूकच! चला आज गुरुवार हाय. आज गावातनं फिरायला मुभा हाय. जरा जास्तीचं तांदुळ, पैसे मिळालं तर पुढची चिंता हुईल.''

बंक्या खुरडत खुरडत गाड्यावर बसला. म्हमद्यानं गाड्याची दोरी खांद्याला लावली. नाऱ्या, म्हाद्या, सद्या जायला निघाले. गणाही.

''नाऱ्या परवा आचरटपणा केलास तसा करु नगस. छ्या, लाज वाटली मला.'' गणा गंभीरपणानं म्हणाला.

नाऱ्या ओशाळवाणा हसला. म्हमद्यानं शिट्टी घातली. बंक्या हसायला लागला.

''चुकलंच गणादा. पर्समधून पैसे काढणारा तो गोरा हात, नाजूक काकणं बघून भानंच सुटलं आणि कवा तिचा हात धरला समजलंच न्हाय'' थडाथडा गालावर मारुन घेत नाऱ्या म्हणाला.

''देवा शपथ गणादा. पुन्यांदा अशी चूक करणार न्हाई''

''त्यांत चूक कसली नाऱ्या भाई? आपूनकोभी औरत को देखकर ऐसा लगता है.'' म्हमद्या महणाला.

''अरं पोरांनो, हे शरीर सडलेलं हाये. रोज रोज संपत चाललया. ज्या वाटेनं निगालोय त्या वाटंचा इचार करा. मागची वाट संपली आता. न्हाई नशिबात आपल्या, नीट वागा, गावातली मानसं खरंच चांगली, म्हनून अजूनी गावात जायला गावात. चला.''

म्हमद्यानं दोरी खेचली. बंक्याचा गाडा चालू झाला.

''सुन सायबा सून''

प्यारकी धून''

म्हमद्या कानावर हात ठेवून टिपेच्या सुरात ओरडायला लागला. गणा हसला. टाळ वाजवत कुबडी सावरत चालू लागला.

''जय जय विठोबा रखमाई,''

सर्वजण मुख्य रस्त्याच्या थोडे पुढे आले. रस्त्याच्या कडेला वडा-उंबराची

मोठी झाडे होती. एका झाडाच्या बुंध्याकडे लक्ष गेलं. तसा गणू थबकला. सोलापुरी चादरीत मुटकुळं करून गुडघ्यात मान घालून कुणीतरी बसलं होतं. गणाच्या मनात शंकेची पाल सरसरुन गेली.

"कोन हाय त्ये? आं? केान हाय?"

त्यानं हाळी दिली. तसे सारे थांबले. उत्तर आले नाही. उगीच थोडी हालचाल.

"मुकं हाय का भैरं? त्वांड नाही का काय?" बंक्या म्हणाला.

"गणादा चल बघू. उगीच येळ घालवू नगस. पोटात आग पडलीया भुकेनं."

पण सर्वांचे शब्द आणि डोळे चक्रावून गेले. गणू कुबडी टेकवत झाडाच्या बुंध्याजवळ गेला. तो जवळ जाताच चादरीच्या गुडघ्यातून वर केलेला गोरा, गोलसर चेहरा बघून सारेच गारठून उभे राहिले. त्या स्त्रीनं सर्वांकडे आणि गणूकडे बघून मोठ्यानं हंबरडा फोडला. छाती फुटून जाईल असा आक्रोश ती करु लागली. सारेचजण तिच्याभोवती गोळा झाले. नाक, कान, गाल इथले तोंडावर पडलेले काळे चट्टे दिसले तसे ते सारे चमकले. ती पण त्यांच्यासारखीच दुर्दैवी जीव होती. तरणीताठी, सडपातळ, अंगावर कोरं पातळ, कपाळावर रुपयाएवढं कुंकू, त्या खाली हिरवंगार गोंदणं. पोटाशी पिशवीचं मुटकुळं! त्या सर्वांना बघून तिनं मोठ्यानं रडायला सुरुवात केली. सारे माना खाली घालून बसले होते. असा प्रसंग प्रत्येकानं अनुभवला होता. त्या आठवणीनं सगळेच गलबलून गेले होते. हळूहळू ती शांत झाली. डोळे पुसले. पिशवीत हात घालून नोटांची कवळी गणूच्या हाती देत म्हणाली.

"हे ठेवून घे दादा. हितं सोडताना घरधन्यानं दिलं. लई लई दुक क्येलं आनी ग्येले. आता मी तुमच्या संगट ऱ्हातो. धर्माची भन समजा मला, पन एकटीला टाकू नगासा. तुमची समदी कामं करतो म्या. पून भीक मागाया नेऊ नगासा. तालेवाराची बाईल हाय म्या. घरी लेक लग्नाच्या वयाची हाय, अजून म्या गावाची येस वलांडून कवा एकली गेलो न्हाई. मनात सौशव आला तसं म्याच घरधन्याची पाट घेतली. आनी पळून आलो रातचं. पोरास्नी शराप नग म्हनून."

बोलता बोलता ती गदगदून रडू लागली.

"उगी, उगी रखमाबाई, रडू नग, आमीबी असंच गोळा झालूया न्हवं? चल. काडूया दीस. आलेला भोग भोगायचा माये. इट्टला पांडुरंगा अजूनी ह्येबी काम सोपवलंस? मर्जी तुजी. चल बाये चल"

गणूनं तिची पिशवी तिच्या हातात दिली. सर्वांना म्हणाला,

"चला पोटापाण्याची सोय झाली नव्हं? रखमाबाई रांधेल, जेवू घालील, त्येनंच पाठवलीया, आमचं देनं लागत असल ती? तुम्ही चला गावाकडं. म्या रखमाईला जागा दाखवतो. लवकर येवा हं का!"

गणू घराकडं वळला. त्याच्यापाठोपाठ पिशवी घेऊन, डोईवरचा पदर सावरत ती निघाली. उंच, शेलाटी, गोरी, नाजूक. तिला बघून सारेच गप्प झाले. म्हमद्या, बंक्याचा गाडा ओढू लागला. पण आवाज फुटत नव्हता. एका अस्वस्थ शांततेचा भंग, गाड्याच्या खडखडाटाने करत चालले होते.

रखमाई आली तशी त्या घराची रयाच बदलली. रोज खराटा हाती घेऊन ती केर काढू लागली. एक, एक करता भांडी, थाळ्या, पेले, गाडगे असा संसार वाढू लागला. चिरगुटं, कापडांना साबण लागला. सकाळच्या काळ्या चहात पांढऱ्या दुधाचा तवंग डोकावू लागला. संध्याकाळी सर्वांचा गल्ला रखमाई जवळ साठू लागला. भाजी भाकरी पोटात जाऊ लागली. जखमेवर मलमपट्टी व्हायला लागली. गाडी सुरळीत चालू लागली. पण गणू मात्र गप्प गप्प दिसू लागला. एकसारखा विचारात हरवून बसू लागला.

बंक्या, म्हमद्या, नाऱ्या इतके शहाणे कसे झाले? त्यांच्या शिव्या, अर्वाच्य बडबड, पचापचा थुंकणं, मोठ्यानं गाणं सगळं बंद झालं होतं. सगळे सुतासारखे सरळ वागत होते. शांत झाले होते. आणि नेमकं तेच गणाला पडलेलं कोडं होतं. रात्री जमिनीला पाठ लागली की घोरायला लागणारे नाऱ्या, म्हमद्या रात्रभर कूस बदलून हालचाल करताना गणा बघत होता. लवकर न उठणारे बंक्या, सद्या पहाटेच उठून बसत होते. कधी नव्हे ते म्हादा ओढ्यावर जाऊन आंघोळ करून चहाच्या वेळी ताजातवाना होत होता. रखमाई मायेनं सर्वांचं करायची. पण ते कुणी तिच्याशी कामाशिवाय बोलत नव्हते. पण त्याची नजर रखमाच्या हालचालीचा पाठलाग करताना गणूने बघितलं होतं. तो खूप अस्वस्थ होत चालला होता.

''इट्टला, पांडुरंगा आता आनी काय ख्येळ करून दावणार हाईस बाबा? नको, नको मना गुंतू मायाजळी. खरं हाय तुज द्येवा. मग ह्या पोरीचा भार कशापायी घातलास माज्या दुबळ्या वट्यांत?''

दिसभर ते सारे गावातून फिरत. सांजेला घरी परत येत. तंवर रखमाईनं चिमणी पेटवून चुलीत जाळ केलेला असे. भिंतीला टेकून ते सारे जाळाच्या उजेडात मुकाट बसून रखमाला बघत बसत. अस्वस्थ गणू मग भजनाचा ठेका धरीत असे.

संसार तापे, तापलो मी देवा-
करिता सेवा या कुटुंबाची...

त्या दिवशी दोन टोळ्या करून ते सारे गावाच्या दोन भागातून फिरत होते. चार वाजताच्या वेळेला चाफ्याच्या झाडाखाली जमायचं आणि घरी परतायचं ठरलं होतं. गणूबरोबर फिरणारे सदा, म्हादा आत्ता येतो म्हणून पळाले. त्यांचा पत्ताच नव्हता. चाफ्याच्या झाडाशी गणू कुबडी सावरत केव्हाचा उभा होता. बंक्याचा गाडा, म्हमद्याचा, कुणाचा पत्ताच नव्हता. गणूच्या मनांत शंका चमकून गेली. त्याने तो

मुळापासून हादरला. इतका वेळ इथं उभं राहिल्याचा त्याला पश्चाताप झाला. काखोटीची झोळी सावरत, कुबडीवर शरीर तोलत तो झपाझप चालत होता. श्रमानं काळजाची धडधड जाणवत होती. डांबरी रस्त्यावर कुबडीचा टक टक आवाज त्याचा त्यालाच भयानक वाटत होता.

"इट्टला पांडुरंगा, हये पाय कशापायी नेलंस? पळता येत न्हाई. कवा पोचनार आता? बाळे रखमाई, आलो, आई आलो."

धावता धावता तो पुटपुटत होता. घर नजरेच्या टप्प्यात आलं. अंतर पार संपत आलं. घराच्या आत सन्नाटा होता. गणूचा जीव भीतीनं गारठून गेला.

ट्क ट्क ट्क ट्क

कुबडीचा आवाज आला. तशी भिंतीच्या आतून रखमाई मोठ्यानं किंचाळू लागली.

"गणादा, गणादा, सोडीव मला. लवकर येरे, ह्ये बग लांडगं."

तिचा आवाज घुसमटला. गणानं घरात कुबड्या टेकवल्या. गण्या, बंक्या, सदा, म्हाद्या, म्हमद्या, नाऱ्या सारे लांडग्यासारखे रखमाला घेरुन बसले होते. त्या कोंडाळ्यात रखमाई आडवी पडली होती. कुणी पाय धरुन ठेवले होते तर कुणी हात... पाय नसलेल्या बंक्यानं तिचं डोक धरुन ठेवलं होतं. नजरेतले लांडगे जिभल्या चाटत होते. घास घ्यायला टपले होते. लुगड्याच्या चिंध्या झालेली, कुंकू फरपटलेली रखमाई काकणांच्या काचाच्या चुऱ्यात पडली होती, भीतीनं गारठून गेली होती. गणूला बघताच तिनं जिवाच्या आकांतानं ओरडायला सुरुवात केली. ते बघून गणाच्या डोळ्यांत रक्त उसळलं. हातातल्या एका कुबडीनं तो मिळेल त्याला झोडपायला लागला. एका हातानं बंक्या, नाऱ्याचे केस धरुन, त्यांना आडवं केलं. चुलीतली जळती लाकडं ओढून म्हमद्या, सद्याला मारु लागला. कोपऱ्यातला वरवंटा उचलला. कधी नव्हे त्या शिव्या तोंडातून बाहेर पडू लागल्या. त्याच्या दुबळ्या शरीरात हत्तीचं बळ आलं होतं. डोळ्यात खून चढला होता.

गणूचा अवतार बघून, एक एक करत सारे मागे सरकत भिंतीला टेकले. पाळीव कुत्र्यासारखे. माना खाली घालून. म्हमद्या गुडघ्यात मान खाली घालून रडायला लागला. रखमाई जमिनीवर पालथी पडून आक्रोश करत होती. हळूहळू गणा तिच्याजवळ बसला. तिच्या केसांवरुन हात फिरवत होता.

"गणादा, मला मरायचं हाय. कशासाठी ह्यो जलाम? ह्यो भोग?"

ती रडत होती. हळूहळू रडणं थांबलं. गणूनं तिला बसती केली. मायेनं जवळ घेतली. डोकीवरचा पदर सारखा केला. तो म्हणाला.

"रडू नगं माये, हये भोग भोगण्यासाठीच ह्यो जलाम हाय. चल, जाऊ या हितनं."

भिंतीकडचे जीव लाजेनं, अर्धमेले झाले होते. पशूनं मान खाली घातली होती. दु:ख जागेजागेवरुन रडत होतं. त्यांच्याकडे तिरस्कारानं बघून गणा पचदिशी थुंकला. एक शिवी हासडून म्हणाला.

"नालायकांनो, पडा हिथं सडत, कुजत, घानीत सडणाऱ्या किड्यागत. आरं शरीर फुटत चाललयं पन आग संपना तुमची? ह्या रखमाईवर हात टाकलासा? ह्या लक्ष्मीवर? इश्वासानं तुमच्याजवळ आलेल्या अश्राप कोकराचा घ्यास घ्यावा? तुमच्या पोटापाण्याची निगरानी राखायला इट्टलानं रखमाई धाडली. थूं तुमची. कुत्री बरी! चल माये चल."

रडणाऱ्या रखमाईला उठवून तिची पिशवी तिच्या हाती देत तो म्हणाला,

"लांब नागपुराकडं बाबानं घर बांधल्यात म्हनं तितं तुला पोचवतो. बाबाच्या स्वाधीन करतो एक डाव. म्हंजी म्या मरायला मोकळा झालो. तुजं देनं देन्यापायी द्येवानं जगवलंय मला. चल त्या देवमाणसाच्या दारात जाऊन पडू या."

एका कुबडीचे तुकडे झाले होते. तो भार रखमानं खांद्यावर घेतला. एका कुबडीच्या आधारानं गणा रखमाला घेऊन स्टेशनच्या दिशेनं निघाला. रात्रीचा काळोख दाटून आला होता. गोसावीबाबानं सांगितलेला जीवनाचा अर्थ गणूला समजला होता. खुरडत चाललेला गणू गुणगुणत होता. "कुणाच्या खांद्यावर कुणाचे ओझे!"

◆

किनारा

डिसेंबरची बोचरी थंडी अनाथाश्रमाच्या आवाराला घट्ट बिलगली होती. आवारातली झाडे थंडीनं थिजून गेली होती. अनाथाश्रमाची लांबट इमारत आणि त्या इमारतीच्या आवारामधलं चर्च... मधोमध राखलेली हिरवळ... कडेला फुलांची झाडे... सारं त्या संध्याकाळी गारठून गेलं होतं. एरवीची संध्याकाळ असती तर सगळी मुलं, यावेळा डिनर आटोपून झोपी गेली असती... पण आजची संध्याकाळ... नाताळची होती. आज मध्यरात्री चर्चमध्ये प्रार्थना होणार होती. त्यापूर्वी सारी सजावट पूर्ण करायची, विजेच्या माळा लावायच्या, कागदी पताका, आकाशकंदील, ख्रिसमस ट्री... त्यावर लटकणाऱ्या भेटवस्तू... सारं काही वेळेवर आटोपून, झोपण्याच्या हॉलकडे जाण्याची एकच उत्सुकता सर्वांच्या मनात दाटली होती. साऱ्या सजावटीकडे शेवटचा दृष्टीक्षेप टाकून झाल्यावर सिस्टर रुथचं समाधान झालं.

"कमॉन बॉईज, आता शिस्तीत सर्वांनी झोपण्याच्या हॉलमध्ये जायचं. व्यवस्थित ड्रेसअप करून पुन्हा या हॉलमध्ये वेळेवर या. तोवर सांताक्लोज गिफ्ट ठेवून जाईल. त्यानंतर प्रेअर. ओ.के.?"

मुलांनी आनंदानं चित्कारत माना हलवल्या. त्यांची रांग शिस्तीत झोपण्याच्या खोलीकडे जात होती. वर्षातून एकदाच ही अशी आनंदाची संध्याकाळ येत असे. भर मध्यरात्री सांतूबाबा भेटवस्तू घेऊन, ख्रिसमस... ट्री वर ठेवून जाई. इतक्या साऱ्या मुलांची नावं, त्याला समजतात तरी कशी? सर्वांना ते एक कोडं होतं. पण त्यावर सिस्टर फक्त हसत. एरवी वर्षभर कडक असणारा त्यांचा चेहरा... फक्त त्या संध्याकाळी कसा मायेनं भरुन जायचा! मुलं पण अधिक धीटपणानं ओरडाआरडा करायची, नाताळची गाणी गायची. बँडच्या तालावर नाचत असायची. भल्या पहाटे पियानोच्या सुरांवर, एकसुरात प्रार्थना गायली जायची. चर्चबेल आनंदाने आवाज करायची. त्यानंतर जेवणघरातली ती सुंदर सकाळ. पेस्ट्रिज, डोनटस, केक, चेरीज, जॅम, फ्रुटस सारं टेबल खाद्य पदार्थांनी भरून गेलेलं असे. नाताळचा उत्साह शिगोशिग भरुन वाहात असे.

मुलांची रांग झोपण्याच्या हॉलकडे पोचली. दरवाजाजवळ सिस्टर मार्गारिट उभी होती. कडीला बांधलेली गुलाबी रिबन छोट्या बॉबीने ओढली तसा दरवाजा उघडला. सारी मुलं धावत, ओरडत... आपापल्या कॉटकडे पळत होती. प्रत्येकाच्या कॉटवर, सुंदर कागदाच्या वेष्टनातले एक एक मोठे पॅकेट होतं. त्याच्या आंत प्रत्येकासाठी नवे कपडे होते. वर्षातून एकदा मिळणारे, तलम स्पर्शाचे, नवे कपडे... त्या कपड्यांचा रंग बघणं, त्याला स्पर्श करणं. तो अंगावर चढवून, सांताक्लॉजच्या भेटवस्तू स्वीकारायला जाणं... मुलं आनंदानं वेडी झाली होती.

म्युनिच शहराच्या मध्यवस्तीत असणारं ते धीरगंभीर, बरंचसं गूढ अनाथालय आज आनंदानं निथळत होतं. सर्व मुलं, पॅकेटस् खोलून बघत होती. एकमेकांना दाखवत होती. एकटा सॅम...

त्यानं मात्र पॅकेट खोललं नव्हतं. उलट, आनंदाच्या जल्लोषात निथळणाऱ्या साऱ्या छोट्या मुलांची गडबड बघत तो कॉटवर बसला. तो पण पूर्वी कधीतरी असाच नाचत असायचा. गणवेषा व्यतिरिक्त मिळणारी नव्या कपड्यांची जोडी... फुलपँट, शर्ट, टाय, सॉक्स, नवे बुट, ते सारं बघून तो असाच खुळावून जायचा. पण आता तो त्या अनाथाश्रमाचा सर्वात मोठा मुलगा होता. पहिली चार-पाच वर्षे आठवणीत नव्हती... पण नंतरच्या दहा वर्षांच्या नाताळच्या संध्याकाळी, रात्री... त्याने हे वेडावून जाणं अनुभवलं होतं. पण आता तो पंधरा वर्षांचा झाला होता. शिक्षणाचा एक टप्पा त्यानं पार केला होता. यानंतर काय करायचं? कुठं जायचं... त्याला ठाऊक नव्हतं. करड्या चेहऱ्याच्या सिस्टर्स त्याला काही सांगत नव्हत्या. पण...

कुणी न सांगताही. त्याला समजत होतं की, त्या इमारतीत राहणारी, सारीच मुले... अनाथ होती. त्यांचं जन्माला येणं, जे त्यांच्या जन्मदात्यांना नकोसं वाटत होतं, ते त्यांनी एखाद्या जळमटासारखं झटकून टाकलं होतं. गरम चिरगुटांत गुंडाळून, चर्चच्या दरवाजात मुलं ठेवून, चर्चबेलची दोरी निष्ठूरपणे ओढून, पाठ फिरवणारी कुणी स्त्री... त्या मुलांची आई... जन्म देणारी आई... पण... त्यानंतर ते मूल उचलले जाई. ते सराईतपणे वावरणाऱ्या, वरवर कठोर चेहरा असणाऱ्या, सदा काळे कपडे घालणाऱ्या सिस्टरच्या हातून...

एखाद्या यंत्राचा भाग असे ते मूल, त्या संस्थेचा एक भाग बनून जाई. अनेक पाळण्यातला एक पाळणा त्याचा असे. थोडा मोठा झाला की, या लांबट बरॅकमधली एक कॉट, एक छोटे कपाट, एक टेबल खुर्ची त्याची होऊन जाई. मोठी मुलं त्यांच्यापेक्षा छोट्या मुलांची काळजी घेत. एकमेकांना मदत करायची, एकमेकांवर प्रेम करायचं, जे आहे ते सारं सुख, दुःख, अन्न, सर्वांनी वाटून घ्यायचं हेच तर सतत कानावर पडायचं.

ती सारी पन्नास मुलं भावंडाप्रमाणे रहात. जगातल्या प्रत्येक मुलाला, आई... वडील असतात... त्यांचं एक घर असतं. त्या घरांत भावंडं असतात. बहिण असते. त्यापैकी कुणालाही ठाऊकच नसायचं. बहिण असणं, ही कल्पनाही त्यांना नव्हती... कारण...

त्या ठिकाणी फक्त मुलगे रहात. मुलींशी त्यांचा संपर्कच नसे. त्यांच्या आश्रमशाळेत फक्त ती पन्नास मुलेच होती. दुसऱ्या महायुद्धापूर्वीच्या कठोर शिस्तीच्या व सनातन वृत्तीच्या, मिशनऱ्यांनी चालवलेलं ते अनाथालय... कधी तरी शाळेच्या पटांगणाच्या, त्या दुसऱ्या टोकावर मुलींचा समूह खेळतांना दिसायचा. कुतूहल जागं व्हायचं, पण तेवढंच... सिस्टरची करडी नजर व अनाथाश्रमाच्या उंच भिंती यांमध्ये सारे प्रश्न, उत्तरं, भवितव्यं... बंदिस्त व्हायची. बाहेरच्या जगाचं दर्शन व्हायचं ते कधीतरीच.

आश्रमाच्या समोर अरुंद रस्ता होता. त्यापलीकडचं पटांगण ओलांडलं की मोठा जलाशय होता. त्याच्या कडेनं उद्यान होतं. वसंतऋतूत तो सारा परिसर फुलांनी गच्च भरुन जाई...

त्यावेळी साऱ्या मुलांना दिवसभर त्या उद्यानांत नेलं जाई... किंवा... थंडीत जलाशयाचं पाणी थिजून इतकं घट्ट होई की सारी मुलं त्यावरुन स्केटिंग करत. त्यावेळी आश्रमवासीय मुले तिथं जात. आश्रमदरवाजाच्या बाहेरच्या जगातल्या आनंदाचे तुषार, त्या मुलांना स्तिमित करत.

तिथं बागडणारी मुले, त्यांचे सुंदर पोशाख, त्यांची काळजी घेणारे आई-वडील. हे सारं बघून, मुलं गोंधळून जात. ते सारे कोण? कुठल्या जगातले? आपल्या जगापेक्षा ते सारं...इतकं वेगळ कसं? पण...हे प्रश्न मनात येतात न येतात...तोवर ते सारेजण आश्रमात परत येत. दरवाजाच्या बाहेरचं जग बाहेरच उरे.

पण...

सॅम आता पंधरा वर्षाचा होता. त्याला अनेक गोष्टी समजत होत्या. जात्याच तो शांत वृत्तीचा मुलगा थोडा भावूक... कविमनाचा आणि त्याचबरोबर शोधक वृत्तीचा. त्यानं समजून घेतलं होतं, की आपण सारेच बाहेरच्या जगानं नाकारलं, म्हणून इथं पोचलो आहे. घर नाही, आई-वडील कधी भेटणार नाहीत. म्हणून भवितव्य नाही. जीझस गोठ्यांत जन्माला आला. प्रभूचा प्रेषित बनला. आणि साऱ्या जगाच्या भल्यासाठी क्रुसावर चढला. इथं येणाऱ्या प्रत्येक मुलाच्या कानीकपाळी ही एकच गोष्ट ओरडून सांगितली जाई. तो प्रत्येक मुलगा जीझसचा होता.

पण ही माणसं, सत्य का दडवून ठेवतात? त्यांनी असं सांगायला हवं की, ती माणसांनी दूर फेकलेली मुलं... त्यानंतरही त्या सर्व मुलांनी जीझस बनायचं आहे. हे जग सुंदर बनवायचं आहे.

बॉब, पिटर, जिम, अल्टर, हॅनी... साऱ्या छोट्या मुलांना त्यानं नवीन कपडे घालायला मदत केली. त्यांच्या तांबूस केसांचे व्यवस्थित भांग पाडले. त्यावर गरम कानटोप्या बांधल्या. किती गोड दिसत होते सारे!

आश्रमशाळेतला सर्वात मोठा सॅम आणि पाळण्यातला छोटा फ्रँक... त्यापैकी कुणालाही आई-वडील नव्हते. भाऊ नव्हते की बहीण. ना ऊबदार घर! त्या आश्रमशाळेने आश्रय दिला नसता तर, कुठेतरी कचऱ्याच्या गाडीत... गटाराच्या कडेपाशी थंडीने गारठून मरुन गेले असते ते सर्व! म्हणून सिस्टर रुथ कानीकपाळी ओरडत असायची, की,

"आज ते सर्वजण कुणीतरी आहेत, ती सर्व प्रभूची कृपा! म्हणून, प्रभूची उपासना करा. प्रभू व्हा! भविष्यकाळ उज्वल घडवा."

"सॅम, सॅम"

छोटा नेल्सन त्याला हाका मारत होता. विचारांच्या भरात सॅम विसरुनच गेला होता. साऱ्या मुलांना ड्रेस अप करून, प्रार्थना हॉलकडे न्यायचं होतं. सिस्टर्स वाट बघणार होत्या. त्यानं पाहिलं. सारेजण नवे कपडे घालून सजले होते. आनंद चेहऱ्यावरुन ओसंडून वाहात होता. सांतूबाबाच्या भेटवस्तू उघडून बघायला ते आतुरले होते. चार वर्षांच्या वयोगटापासूनची ती ती सर्व.

त्यांच्याबद्दलच्या प्रेमाने सॅमचं मन भरुन गेलं. या जगांत तो एकटाच नव्हता. एकटे, निराधार, नकोसे. पोरके. असे ते सर्व... एक होते. समाजाचा एक भाग! खरंच या आश्रम शाळेचे फार मोठे उपकार होते. सिस्टर रुथ म्हणत होती, ते किती खरं होतं? प्रभू खरोखर दयाळू होता. त्याने जे दिलं तेही नसतं तर?

या विचाराने सॅम शहारला. त्याने स्वत:चे कपडे बदलले. चार वर्षाच्या छोट्या नेल्सनला साऱ्या रांगेचा प्रमुख कॅप्टन बनवून, त्याने रांग तयार केली. हॉलच्या बाहेर आले तोवर सारे प्रार्थनाघर, शाळेची उंच इमारत, चेस्टनटचे वृक्ष सर्वांवर रंगीबेरंगी दिव्यांच्या माळा लुकलुकत होत्या. मुले हर्षाने टाळ्या वाजवत, गात, प्रार्थना हॉलकडे जात होती. प्रार्थनाहॉल पलीकडे उंच चर्च! दिवे प्रज्वलित झाले होते. तरी ते तसेच होते. गूढ. गंभीर.

सॅम विचार करत होता.

सध्या कडाक्याची थंडी होती. सारी झाडे थंडीने गारठून गेली होती तरी उभी होती. चर्च प्रमाणेए मूक, निश्चल... पण वसंत ऋतू आला की हीच सारी झाडे पांढऱ्या, गुलाबी, जांभळ्या पिवळ्या फुलांनी डवरुन जातीलं. चेस्टनटवर पांढरी, गुलाबी फुले, तर लायलॅक बुशवर जांभळ्या रंगाची, डफॉडाईल्सवर पिवळी, सुगंधी फुलं, क्रोकस, ट्यूलिप्स अधिक मोहक बनतात. ऋतू बदलला की हवा किती बदलते?

पण चर्च मात्र... नेहमीच अबोल, शांत... का?

सिस्टर मागरिटने प्रार्थना घराचा दरवाजा उघडला मात्र-- आत मधला ख्रिसमस ट्री, प्रज्वलीत झाला. तो बघून सारे थक्क झाले. तोवर जिंगल बेल चे ट्यून्स वाजू लागले.

छताला चिकटलेले फुगे, रंगीत त्रिकोणी कागद हॉलभर उडू लागले आणि कोपऱ्यातल्या पायऱ्या उतरुन सांतूबाबा जमिनीवर आला. मुलांना घेऊन नाचत नाचत प्रत्येकाची भेटवस्तू, ज्याची त्याला अचूक देऊ लागला. चॉकलेटस् टॉफी हाती आली तशी मुले आनंदाने खुळावून गेली.

त्यानंतर चर्चमधली नाताळची प्रार्थना! सॅम पियानो वाजवत होता. पण मनातून त्याला एका गोष्टीचं सारखं नवल वाटत होतं, सांतूबाबानं फक्त त्यालाच भेटवस्तू दिली नाही? आजवर असं कधीही झालं नव्हतं. पण आज... आज... असं का? की... आपण आता मोठे झालो म्हणून? पण सॅमला आठवत होतं की, कधी नव्हे इतका आज सांताक्लोज, त्याच्याशी प्रेमाने हसला होता. त्याचे हात हाती घेऊन नाचला होता. प्रेमाने त्याला थोपटून गदगदल्या आवाजात, त्याच्या कानात म्हणाला होता,"गॉड ब्लेस यू माय चाईल्ड. बी हॅपी." तशाचं साऱ्या सिस्टर्स सुद्धा...अनेकदा त्याचे हात हाताने कुरवळत म्हणाल्या होत्या. "सॅम... ओ... सॅम बी, ए, गुड पर्सन. यू लकी यंग बॉय..."

याचा अर्थ?

पियानो वाजवता वाजवता सॅम विचार करत होता. प्रार्थना संपली. चर्चबेल आनंदाचा संदेश देऊ लागली. सारेजण एकमेकांना नाताळच्या शुभेच्छा देऊ लागले. रात्रभर जागून मुले थकली होती. यानंतर भरपूर ब्रेकफास्ट आणि ताणून झोप! सारेजण डायनिंग हॉलकडे निघाले.

"सॅम, सॅम."

प्रिन्सिपल फिलोमिना गंभीर चेहऱ्याने त्याच्याकडे येत होती.

"यस मॅम?"

"मेरी ख्रिसमस सॅम, थोडं थांबशील? आधी या मुलांना जाऊ दे. मग बोलू...खरं तर तुला, आज एक छानदार भेट देणार आहे मी! अशी भेट की, फार थोड्या मुलांना ती मिळते. थांब थोडा."

"मुले एक एक करत डायनिंगकडे निघून गेली. एक एक सिस्टर सॅमकडे येऊन, त्याचे अभिनंदन करत होती. कुणी मायेनं त्याला कुरवाळत होती. त्या सर्वांचे डोळे, मायेने ओथंबून गेले होते. त्या सर्व गदगदीत झाल्या होत्या. सॅमला कशाचाही अर्थबोध होत नव्हता. शेवटी त्या चर्चसमोर फक्त सॅम व प्रिन्सिपल उरले.

"सॅम माय चाइल्ड. ऐक"

हिरवळीलगतच्या बाकावर बसत प्रिन्सिपल बोलत होती.

"सॅम, तू खूप भाग्यवान मुलगा आहेस. बरोबर सोळा वर्षापूर्वी तीन वर्षाच्या तुला आणि एक वर्षाच्या एडीला, तुझे वडील माझ्या स्वाधीन करून गेले होते."

"माझे वडील?"

"होय सॅम. तुझे वडील. एक गरीब, आंधळा पियानोवादक असणारे तुझे वडील... तुझ्या आईच्या अकाली मृत्यूने पार खचून गेले होते. तुझी ममा... एका श्रीमंत घरची मुलगी... पण तुझ्या डॅडीच्या पियानोच्या सुरांत गुंतली. आंधळा, गरीब, फक्त पियानोवादक असा तिचा नवरा तिच्या श्रीमंत घरच्या माणसांनी नाकारला. पण तुझ्या ममाने त्याची साथ सोडली नाही. अतिशय सुंदर कपडे, वेडिंग... गाऊन्स शिवणारी म्हणून तिला खूप भाव होता. तिने कष्टाने संसार उभा केला. तुझे डॅड कार्यक्रम करायचे. मजेने होते सारे. पण अचानक ती गेली. त्या दुःखाने तुझे डॅड खचून गेले. सॅम, आंधळा माणूस! कसं सांभाळणार होता तुम्हाला?"

"त्याने विश्वासानं तुम्हा दोघांना आमच्या स्वाधीन केलं व ते स्वतः सुद्धा एका वृद्धाश्रमांत रहायला गेले. तुझी बहीण एडी याच आश्रमात वाढत होती."

"पण मग, मॅम?"

"होय सॅम, तुला सांगितलं नाही. या आश्रमाची तशी शिस्त आहे."

"कारण?"

"कारण... मग आपल्याला बहीण नाही याचं दुःख इतरांना वाटायला लागेल. त्यांना दुःख कोणतेही दुःख होऊ नये असं आम्हाला वाटतं."

"प्रिन्सिपलंच बोलणं सॅमला पटलं नाही. तो म्हणाला "मग... आज तरी का सांगताय हे सारं?"

"कारण सॅम... आज तुझा या आश्रमातला शेवटचा दिवस आहे. आज तुझी मावशी, तुझे वडील तुम्हा दोघांना न्यायला आले आहेत."

"मावशी?"

"होय. या शहरातली सर्वांत श्रीमंत स्त्री! तिला आता पश्चाताप होतोय तिच्या वागण्याचा. बहिणीचा नवरा आणि मुलं अनाथाश्रमांत जगत असताना, तिनं आजवर दुर्लक्ष केलं. पण तिचा नवरा, दोन मुलं एका अपघातात दगावली तुमच्याशिवाय तिला कुणी नाही"

"म्हणून दयेची भीक घेऊन आलीय. असंच ना? नको मॅम, मला जायचं नाही. मला दयेवर जगायचं नाही. मी कष्टाने जगेन. आश्रमावर माझा भार टाकणार नाही."

"पण सॅम? तुझ्या वडिलांचं काय? ते तुझ्या आशेवर जगताहेत ना? आणि एडी? तुझी बहीण?

"ओ ऽ ह मॅम"

सॅम कपाळावर हात ठेवून विचार करत होता.

"मॅम, माझ्या या एकूणपन्नास भावंडांना सोडून मी जाणार नाही. छोटा फ्रॅंक, नेल्सन, टॉम... मॅम मीच तर त्यांचं सारं करतो. त्यांना सोडून त्यांच्याशिवाय..."

"होय सॅम. त्यांच्याशिवाय जगण्याची सवय लावून घ्यावीच लागेल. कारण आश्रमाच्या नियमानुसार, यानंतर तुला इथं राहाता येणार नाही. जे निराधार आहेत त्यांनाच इथं ठेवून घेतलं जातं. तुझी जागा एखाद्या निराधार मुलाला मिळू शकते."

"मॅम प्लीज असं करु नका."

"नो सॅम, चल वेटिंरुममध्ये सारेजण तुझी वाट बघताहेत कम ऑन-चीअर अप सॅम."

प्रिन्सिपल उभी राहात म्हणाली.

"मॅम, प्लीज एकदा सर्वांना भेटून येतो."

"नो. सॅम. तुला घर आहे. आन्टी, डॅडी, सिस्टर आहे. याचं दुःख त्यांना नवीन आहे. त्यांना कल्पनाही नाही त्या जगाची! म्हणून तर तुला इथे थांबवलंय. रडू नको सॅम, तुझी मावशी फार दयाळू आहे. मुलांचे नवे ड्रेस, गिफ्ट, आजची ब्रेकफास्ट... हे सारं तर तिनं केलंच. शिवाय आश्रमाला पाच हजारांची देणगी आजवर कुणीच दिली नव्हती. यानंतर तुझी ही सारी भावंडे जरा सुखाने राहू शकतील. हे सारं तुझ्यामुळे घडून आलं सॅम. त्याची परतफेड म्हणून तुझ्या आन्टीला तू जप. डॅडींची सेवा कर. बहिणीला प्रेम दे. आश्रमाचं नाव वर काढ. जा. बेटा. प्रभू तुला सारं धैर्य देईल. जा. तिथे जाणं, हे आश्रमाचंच काम समज. गॉड ब्लेस यू माय चाईल्ड."

सॅमनं डोळे पुसले. कष्टाने उभा राहिला. प्रिन्सिपल फिलोमिनाने त्याला ममतेनं थोपटत म्हटलं.

"गॉड ब्लेस यू माय चाईल्ड."

आश्रमाघराच्या गेटपाशी पांढऱ्या शुभ्र घोड्यांची बगी उभी होती. फिकट गुलाबी पायघोळ घातलेली, उंच सडपातळ स्त्री... ब्राऊन सूटमधली एक वयोवृद्ध व्यक्ती आणि लालभडक लेसचा फ्रॉक घातलेली गोड मुलगी त्याच्या दिशेने येत होते. बरोबर चर्चच्या उंच दरवाजासमोर ते सर्व समोरा समोर आले. त्या तिघांच्या मिठीत सॅम विरघळला होता.

चर्चमधली सारी झुंबरं लखलखत होती.

एक किनारा सुटला होता आणि दुसरा किनारा सॅमला निमंत्रण देत होता. सुंदर भविष्यकाळाचं निमंत्रण.

◆

यौवना

मांडवावरच्या जुईच्या कळ्या उमलायला आल्या होत्या. कोपऱ्यात लाल सदाफुली फुलून डुलत होती. कडेच्या वाफ्यातील बटन शेवंतीची फुलं, बुटक्या झाडांवर गच्च रुतून बसल्यासारखी दिसत होती. पिवळ्या, केसरी, तांबड्या दसणीच्या कळ्या टरारून फुगल्या होत्या. गेटवर कमान सांधून बांधलेली किरमीजी बोगनवेल वाफ्यावर मस्त झुलत होती. गेट पलीकडच्या अरूंद रस्त्यावरची वर्दळ आता बरीच शांत झाली होती. शाळेतून रमत गमत घरी परतणारी मुलं, कामावरून घरी परतणाऱ्या स्कुटरी, रिक्षा, एखादी मारूती, एक एक करत सारे घरी पोहोचले. रस्त्याच्या कडेच्या झाडांवरून, तिन्हीसांज अंगणात उतरली. तरीही...

खांबालगतच्या बलकांबला टेकून यौवना बसली होती. ती तिथंच! दुपारचा चहा झाला की, घरात उकाडा सुरू होई, त्यानंतर यौवना, घराच्या दर्शनी खांबाला टेकून असणाऱ्या, या बलकांबावर अशी येऊन बसे. तिच्या समोर तिनं उभी केलेली ती प्रशस्त बाग होती. त्या बागेतले प्रत्येक झाड तिनं, मायेनं, कौतुकानं आणून लावलं होतं. सावंतवाडी, रत्नागिरी, कोल्हापूर किंवा कारवार जिथे जिथे ती गेली, तिथे तिथे तिची नजर झाडे शोधायची. कुठला सोनचाफा, कुठला कवठीचाफा, आंबा, कॉफी जे जे झाड मिळे, त्याचे रोप यौवनाच्या अंगणात, परसदारात अचूक पोहोचत असे. तिच्या हाताला गुण होता. यौवनानं लावलेली सारी रोपं बघता बघता तरारून चार पाच वर्षात फुलून येत. परसदारचे कुळागर, आंबा, फणस हे सारं तिनं फुलवलेलं विश्व! पण अलिकडे मात्र यौवना जणू सुन्न बधीर होऊन गेली होती. तिनं उभं केलेलं ते विश्व... आजूबाजूला... होतं, तसंच होतं.

तो लांबसडक व्हरांडा, त्याचे खांब, दर्शनी खांबालगतचे दोन बलकांब, त्या मधोमध उतरत्या पायऱ्या गेटपर्यंतची दगडी पायवाट, गेटवर बांधलेल्या घुंगुरमाळा, आत येणाऱ्याची चाहूल सांगणाऱ्या, दोन्ही बाजूची फुलून, आलेली बाग... सुगंधाचे निश्वास सोडणारी झाडं --

यौवनाला सारं दिसत होतं. पण पूर्वी त्या परिसराबद्दल मनात असणारा

ओलावा निर्माण होत नव्हता. समोर दिसणारं घराचं फुलतं रूप... आणि व्हरांड्याच्या आतमधलं तिचं लांबलचक, आडवं पसरलेलं घर, मागचं कुळागार पार वहाळाला पोचलेलं...ते जणू तिचं नव्हतंच. याच वास्तूमधून उत्साहानं फिरणारी यौवना... मन, शरीर जणू हरवूनच बसली होती. तिचे डोळे, बोलणं, हालचाल यातली चकमक कुठं गेली?

यौवना गडकर!

जिच्या नितांत सुंदर अभिनयावर गोमंतक, महाराष्ट्रामधला सारा श्रोतृवर्ग खुळावून जात होता... जिच्या नजरेत, हालचालीत विजेची चपळता होती... जिच्या तानांच्या बरसातीत सारे चिंब भिजून जात होते...

यौवना गडकर

जिच्या नावाला एक वलय होतं, दबदबा निर्माण झाला होता... ती यौवना गेली चार पाच वर्षे, रोज दुपारपासून ते तीनसांजेपर्यंत अशीच या बलकांवच्या खुर्चीवर जणू रूतून बसे. कधी समोरचा रिकामा बलकांव बघत तर कधी गेटकडे नजर लावून...समाधी लावून बसायची. येणारा... जाणारा तिला बघायचा... काही बोलायचा ... मनात आलं तरंचं उत्तर देणारी यौवना, तिला तसं बघण्याचीच मग सर्वांना सवय झाली. यौवना निश्चल झाली होती खरी... पण तिच्या मनात अखंड विचारांचं मोहोळ उठलेलं असे. त्या संध्याकाळी सुद्धा ती गेटवर नजर लावून बसली होती. कडेची फुलून आलेली फुलबाग, गजबजत शांत झालेला रस्ता सारं तिला दिसत होतं; समजत होतं.

गेट बंद होतं. यौवना विचार करत होती. त्या बंद गेटबाहेर तिचा भूतकाळ उभा होता. याच गेटमधून तो आरपार झाला होता. त्या भूतकाळाला परत आणता येणार नाही याची तिला पूर्ण जाणीव होती. पण गेटच्या आतमधलं तिचं जीवन... ते तर अजून जिवंत होतं? ते जीवन या वर्तमान काळात असं घट्ट थिजून का गेलंय? यौवनाची नजर, समोरच्या खांबालगतच्या रिकाम्या बलकांवकडे वळली. पाच वर्षांपूर्वीतर त्या बलकांववर बाप्पा बसायचा समोरासमोरचे दोन बलकांव, बाप्पाने हौसेने बांधून घेतले होते.

"रिटायर झालो की दोघे बसू. खबरी करत." हसत हसत बोलणारा बाप्पा, रिटायर होण्यापूर्वी जगातून निघून पण गेला होता. एरवी नाटकाची एन्ट्री, एक्झीट अचूक घेणारा बाप्पा... यावेळी मात्र वेळ चुकला आणि नको त्या वेळी, त्यानं एक्झीट घेतली. बलकांववरच्या खबरी कधी घडल्यांच नाहीत. एकटी यौवन! मग स्वगत म्हणावी अशी एकटीच बोलत बसयाची... मनातल्या मनात कधी... तर कधी हळू आवाजात...

"बाय, मरण कुणाला चुकलयं? सांवर स्वत:ला. यौवना, तू असं खचून

जावंस? अगं घट्ट काळजाची बायल तू?''

"बाय, मुलांकडे बघ. हर्ष, उत्कर्ष हे दोघे आहेत ना?''

सांत्वनाला येणारे, रोज असं काहीना काही बोलत. पण यौवना सैरभैर झाली ती झालीच. तसं त्या मागच्या पाच वर्षांत बरंच काही घडून गेलं होतं. बाप्पा गेल्यानंतर पहिल्या वर्षातच मोठ्या मुलाचं लग्न झालं होतं. चांगल्या घरची मुलगी सून म्हणून घरात आली होती. घराचा सारा भार ती चालवत होती. तसा यौवनाला संसारात कधीच रस नव्हता. तिची आणि बाप्पाची नाट्यसंस्था हाच तिचा खरा संसार. त्यात ती रमून गेली होती. पण अचानक बाप्पा गेला आणि जीवनाचा प्रवाहच गोठून गेला. मृत्यु! न चुकणारा... हे यौवनाला समजत होतं. अनेक प्रियजनांचे मृत्यु तिने स्वीकारले नव्हते?

तिचं सर्वस्व असणारी तिची आई मोतीबाई गडकर! तिच्या डोळ्यांदेखत गेली होती. आईच्या नाटक कंपनीत पेटी वाजविणारा सदूमामा, आईचा संसार सांभाळणारी शेवत्या, यौवनाचा भाऊ रघुवीर... एक का अनेक? जिवलग... बघता बघता जीवनापार झाले होते. ते सारं दुःख चटका लावून गेलं खरं... पण बाप्पाच्या खांद्यावर मान ठेऊन रडता रडता... ते दुःखही हलकं होत गेलं. पण तिच्या जीवनाचा भार घेणारा बाप्पाच गेला आणि यौवना सैरभैर झाली. आधी आई नंतर बाप्पा यांच्या सावलीत वाढलेली यौवना... एकटं उभं राहणं तिला ठाऊकच नव्हतं.

रंगभूमीवर सुभद्रा, रूक्मिणी, मत्स्यगंधा, शारदा, सिंधू अशा अनेक भूमिका रंगवणारी, आपल्या समर्थ अभिनयाने, प्रेक्षकांना खिळवून ठेवणारी आणि नाट्यसंगीताच्या धुंदीत स्वतःच झुलणारी यौवना... आत्मविश्वासाने वावरे कारण, विंगेत पूर्वी आई असे; आणि नंतर बाप्पा...

लग्नानंतर दोन मुलांची आई झालेली यौवना, सुरंगीच्या वळेसरासारखी, प्रफुल्लीतच उरली. त्याचं सारं कारण बाप्पा होता. पण... बाप्पा गेला.

कुणीतरी एक आधी जातंच!

यौवना विचार करतं होती. ती जाणून होती की, तिच्या अस्वस्थपणाचं कारण बाप्पाचं जाणं हे आधी होतं... तरी अलीकडे मात्र एक की अनेक? अनेक गोष्टींनी ती बेचैन होती. ते दुःख, तो सल कुणाला सांगायचा? कोण होतं तो अचूक समजून घेणारं? कधी कधी ती रामदादाला सांगायची. रामदादा पखवाज वादक खरा पण बाप्पाच्या खास मर्जीतला! यौवनाचं बोलणं ऐकून सुस्कारा सोडून म्हणायचा,

"बाय, नव्या जगात वावरणारी मुलं! नव्या जगाचं तंत्रच वेगळं, ते कसं बदलणार? आता बघ, पूर्वी माणसं धोतर, कोट टोपी घालायची आणि बाया माणसं नऊवारी कापडं, हे तरी खरं? पण आता ते उरलंय? तसंच सगळं वागणं.''

"ते एक असो रामदादा. कपड्याची खबर नाही. अरे नाटक म्हणजे आपला

जीव... तू मला सांग? मला, बाप्पाला, तुला लोक ओळखतात, ते कशासाठी? आपली नाटकं, आपली गाणी, आपली नाटककंपनी... त्याचा थाट... अरे माणसं अजून विसरली नाहीत. आणि आमचीच पोटची मुलं... त्यांना लागलेत भिकेचे डोहाळे ! एकाचा काय ता? ऑर्केस्ट्रा ... म्हणजे मोठे आवाज, पांचट विनोद आणि रेकॉर्ड लावून धांगडधींगा... पोरापोरींचा? आणि दुसरा... स्पर्धेत भाग घेणारी, नाटकं म्हणजे काय? तर... बक्षिसावर नजर ठेवून नाटक करायचं. दुसऱ्याचं बक्षीस आपण कसं मिळवू याची स्पर्धा...''

यौवना संतापानं बोलायची ते ऐकून रामदादा म्हणायचा, ''खरं आहे बाय. मला दिसतंय सगळं. परवा शाळेच्या गॅदरिंगला गेलो होतो. पूर्वीप्रमाणे एक सरस्वती वंदन आणि स्वागत गीत इतकंच होतं. नंतर सिनेमाच्या रेकार्डी लावून, डोळे मोडत, कमरा हलवत, पोरी नाचत होत्या. नट्यांना मागे टाकतील. आणि त्यांचे आईबाप, मास्तर सम्दे कौतुकानं बघतात. कुणाला त्याची लाज नसावी? म्हणूनच म्हणतो बाय. आपली मुलं त्याच वाटेने जाणार. खंत करू नकोस.''

रामदादा परोपरीनं समजावत असायचा. यौवनाला काहीच समजतच नव्हतं. जग कुठे पण जाईना? पण तिच्या मुलांनी पण? किती झालं तरी, ती बाप्पा आणि यौवनाची मुलं होती. नाट्यमन्वंतर या संस्थेच्या संचालकांचा वंश... नव्या लाटेत वाहून जावा?

पैसा, स्पर्धा, नाव याच्या मागे त्यांनी लाचार होऊन धावावं?

दारूच्या बाटल्या, मोटारी उडवाव्या? नाव मिळावं म्हणून, नको त्या गोष्टी कराव्या?

केवळ पाच वर्षांतच सारं जन्मभर गोळा केलेलं सुकृत, आई वडिलांचं नाव, वाऱ्यावर उधळावं?

या साऱ्या विचारांनी यौवना अस्वस्थ होती. संताप मनात मावत नव्हता.

दिवे लागणीची वेळ! यौवनाची सून तुळशीजवळ दिवली लावयला म्हणून घरातून आली.

''आई, दिवे लागायची वेळ! का अशा देणेकऱ्यासारख्या दारात बसून राहिलायं? लक्ष्मी घरात येण्याची वेळ!''

यौवना तटकन उठली.

डोळे विस्फारून सुनेकडे बघत राहिली. सकाळची मळकी मॅक्सी तिच्या अंगात होती. केस गळ्यात आलेले. कपाळावरचे कुंकू... दिसेल न दिसेल असे, दिवा लावताना पायात स्लीपर...

ही घरची सून?

घरात येणाऱ्या सुनेची अनेक चित्रे तिनं आणि बाप्पानं रंगवली होती. भरघोस

केसांचा अंबाडा घालून, त्यावर जुईचा गजरा घातलेली, अंगभरच्या पदरावर गळ्यातून रूळणारे मंगळसूत्र, हातात चकाकत्या तासांची भांगराची कांकणं घालून, घरभर वावरणारी सून, याच बलकांववर बसून, बाप्पा आणि यौवनानं डोळ्यासमोर आणली होती.

"बरं झालं. हे ध्यान बघायला बाप्पा नाही"

बाप्पा नाही, या विचारानं तिच्या डोळ्यात पाणी तरळलं. तरातरा समोर येऊन सून म्हणाली, "का उगाच पाणी गाळताय? अवलक्षण? आज माझा नवरा गेलाय कला अकादमीचा निकाल आणायला. त्याचं नाटक पहिलं येणारंच... पण तुम्ही आणि रडून अपशकून करू नका."

किती बेशरम आणि तोंडाळ आहे ही मुलगी? एक झणझणीत मुस्काटात ठेवून द्यावी, असे मनांत येत होते.

पण तिनं सावरलं. तिनी सांजेला खरोखरच तमाशा नको होता. ती इतकंच म्हणाली.

"निकाल बघायला?"

"स्वत: जायचं? जर पहिलं आलंच नाटक तर कळवतील सन्मानानं? स्वत:चा मान ठेवावा जरा माणसानं!"

"कोण कळवणार सन्मानानं? आम्ही कोण गवरनादोर लागून गेलोय? हो. हो. ठाऊक आहे. हज्जारदा ऐकलंय. तुमच्या वेळी अस्सं नव्हतं. ठाऊक आहे. पण आता तुमची वेळ नाही. आता सगळं मॅनेज करावं लागतं. पार्ट्या द्याव्या लागतात. खिसे गरम करावे लागतात, दारू पाजावी लागते. पाय चाटावे लागतात... तेव्हा कुठं"

"शी"

सुनेचं बोलणं ऐकून शहारत मागे सरत यौवना म्हणाली. मानेला झटका देत, स्लीपरचा फट्‌क फट्‌क करत सून दिवली पेटवायला पायऱ्या उतरून पाठमोरी झाली. अंगातली शक्ती निघून जावी अशी यौवना थरथरत मधल्या आडव्या हॉलमध्ये पोचली. गडद पोपटी रंग दिलेल्या, हॉलच्या साऱ्या भिंतीवर फोटोच फोटो लटकत होते. यौवनाच्या अनेक भूमिकांमधले बक्षिसे, पारितोषके स्वीकारताना... तिच्या चहात्यांसमवेत, तिच्या सहकाऱ्यांबरोबर अनेक फोटो -

मधल्या भिंतीवर नाट्यमन्वंतरचा मोठा बोर्ड टांगला होता. त्यावर सुकलेला हार लटकत होता. त्या बोर्डाखाली यौवनाच्या आईचा मोठा फोटो. ती नाट्यमन्वंतरची संस्थापक... मोतीबाई गडकर.

यौवनाची आई. रूंद चेहरा, थोराड बांधा, डोकीवर पदर घेतलेली... मोतीबाई...

किती ताकदीने तिनं नाटककंपनीचा सारा पसारा उभा केला होता? मनाने अतिशय कोमल असणारी मोतीबाई... एखाद्या पुरूषाला शोभावे अशा धीराने नाटक

कंपनी चालवत होती. खाडिलकर, देवल, गडकऱ्यांची सारी नाटके तर बसवलीच पण अत्रे, रांगणेकरांची गाजलेली नाटके नाटयमन्वंतरने रंगभूमीवर आणली होती. महाराष्ट्र, कर्नाटक ते पार इंदौरपर्यंत दौरे केले होते. वयाने ऐंशी पार करेपर्यंत मोतीबाई ताठ उभी होती. आईची आठवण आली आणि यौवना चमकली. आपण तर अजून साठी सुद्धा गाठली नाही. आणि शक्ती घालवून का बसलोय अशा? का सोसतो आहोत अकारण?

घर आपलं. नाट्यसंस्था आपली... आजही नाटके, संवादासकट तोंडपाठ आहेत; नाट्यगीतं सुरात, ओठांवर आहेत. आपला चाहता वर्ग आहे. असं केलं तरं?

विचाराच्या भरात यौवना वल्लैरातून उठून उभी राहिली. यौवना गडकर!

पन्नाशीच्या घरात पोचलेली यौवना! केसांवर रूपेरी छटा उतरली होती इतकंच. पण यौवना तशीच होती... उंच, शिडशिडीत बांध्याची, गोरीपान यौवना...

मोतीबाईची नाटक कंपनी दौऱ्यावर असताना वाटेतच एका गावात ज्या मुलीचा जन्म झाला होता ती यौवना मोतीबाईची लाडकी लेक... नाटक कंपनीतच लहानाची मोठी झालेली यौवना... नाटक तिच्या रोमारोमात भरून गेले होते.

कलाकार कधी म्हातारा होत नाही.

याच हॉलमध्ये ऐंशी वर्षांची मोतीबाई म्हणाली नव्हती? याच हॉलमध्ये यौवनाचा आणि बाप्पाचा विवाह संपन्न झाला होता. त्यावेळी मोतीबाईने एकच मागणे केले होते... "घराण्याचा हा वारसा जपा... माझी नाट्यमन्वंतर मी तुमच्या हवाली करतेय. हे नाव राखा." त्यानंतर याच हॉलमध्ये मोतीबाईच्या नंतर बाप्पाचा मृतदेह चटईवर ठेवला होता. मोतीबाईच्या मृतदेहाला साक्षी ठेवून बाप्पा आणि यौवनानं, तिची परंपरा स्वीकारली होती. आणि हर्ष उत्कर्षने बाप्पाच्या पायाची शपथ घेऊन नाट्यमन्वंतराचा वारसा जपण्याची शपथ घेतली होती. यौवनानं विश्वासानं त्यांच्या हाती परंपरा सोपवली नव्हती? अवघ्या पांच वर्षांत त्या परंपरेची पार लक्तरं लोंबली होती. जुन्या नाटकांची परंपरा सोडून, पोरांना नव्याचे डोहाळे लागले होते. अचकट विचकट विनोद करणारे फार्स म्हणजे नाटक? ना कथानक ना ताळमेळ -- ना रंगमंच... एक काळी चौकट... दोन काठ्या... नाहीतर... नुसता काळा पडदा.

धड संवाद पाठ नाहीत की भाषा शुद्ध नाही. गाता तर कुणालाच येत नाही. सिगरेटी फुंकून छातीचा भाता कसा पोकळ झालेली पोरं. आणि चेहरा रंगवलेल्या पोरी... नवे प्रयोग म्हणे...

कधी शेतामधल्या कामेऱ्या स्टेजवर आणल्या किंवा फट्टे ठाकरांची आणि ढालाची गीतं गायली की नवा प्रयोग... बक्षीस कुठे कसे मिळवायचे... याचे अचूक अंदाज बांधून नाटके बसवणार... बक्षीसासाठी पळवाटा शोधणारी आपली मुलं... प्रेक्षक हाच खरा राजा...हे त्यांना समजू नये?

त्यांच्या पसंतीची टाळी हे बक्षीस नव्हे? उतारवय झालेले बालगंधर्व... सिंधू म्हणून रंगमंचावर येत आणि सारं थिएटर उठून उभं राही. तोच रंगमंच, तोच थाट... यूडी कोलनमध्ये भिजलेले शालू आणि माधुर्यानं ओथंबून वाहणारा आवाज... तो आवाज कानात साठवून, पहाटेपर्यंत जागणारे रसिक... त्या रंगभूमीची परंपरा सांगणारी नाट्यमन्वंतर. ही नाट्यमन्वंतर अशी मरू द्यायची नाही''

''मी! यौवना गडकर! जिवंत आहे मी''

विचारांच्या भरात यौवनाने बाजूच्या खोलीचे कुलुप काढले. बंद खोलीतून कुबट वास आला. खोलीचे दिवे, पंखे लावून यौवना आत गेली. नाट्यमन्वंतराचा सारा संसार उभा होता. मोतीबाई, बाप्पा, यौवनानं उभा केलेला तो प्रचंड व्याप... धूळ खात पडला होता. यौवनाचे डोळे भरून आले.

ते भरजरी पडदे, राजमहाल, उपवने चितारलेले मोठे फलाट, आसनं, तलवारी, गदा, ढाली, जिरेटोप... सारं उभं होतं. ताजं. टवटवीत.

''कोण म्हणतंय हे जुनं झालं? अरे जुनं ते सोनं.''

पुटपुटत यौवना एक एक ट्रंक उघडत होती. ते महाग शालू, शेले, अंगरखे, रेशमी वस्त्रे ते सारं खरेदी करताना खर्चाचा विचार केला नव्हता. राजमहाल म्हणजे राजमहाल हाच एक विचार केला होता. नाट्यमन्वंतरचा रंगमंच पहायला माणसं जीव टाकायची. इतका लाखमोलाचा खजिना टाकून... आपली पोरं काळ्या चौकटीचा पडदा... आणि रिकाम्या रंगमंचावर नवे प्रयोग करतात.

'करा बाबांनो. करा. प्रयोग करा. तुमची वाट मी अडवणार नाही. पण मी यौवना! पुन्हा ती सारी जुनी नाटकं उभी करेन. ज्या नाटकांनी रंगभूमी झगमगून गेली ती नाटकं, त्यांच दिमाखांत आणायची धमक आहे माझ्या अंगांत...'

पण हे बोलणारी यौवना पुन्हा एकदम खचून गेली. ट्रंकेत, समोरच तो डाळिंबी शालू दिसत होता. तो शालू, बाप्पानं तिच्यासाठी इंदोरला खरेदी केला होता. कौतुकानं. सुभद्रा झालेली यौवना, तो शालू नेसून स्टेजवर गेली मात्र, टाळ्यांच्या कडकडाटांत प्रेक्षकांनी तिचं स्वागत केलं होतं. नाटक संपल्यावर मोतीबाईनं तिची दृष्ट काढली होती. आणि बाप्पाचे डोळे कौतुकानं ओसंडून वाहात होते. तो शालू... नजरेसमोर आला आणि यौवना मट्कन् ट्रंकेवर बसली. बाप्पा नसताना?

विधवा झालेली यौवना, सुभद्रा, रूक्मिणी, सत्यभामा... कसं दिसेल? लोक काय म्हणतील? त्यापेक्षा? आपलं मन कसं लागेल?

गेली पांच वर्षे ती घराबाहेर पडली नाही... आणि एकदम भरजरी कपड्यांत रंगमंचावर? जमेल?

किती तरी वेळ ती तशीच बसून होती. विचार करत शेवटी तिने ठरवलं. काम कुणी करायचं ते ठरवू. नंतर फार अवघड वाटलं, तर नव्या मुली तयार करू. दूरदर्शनवर

नाट्यगीतं गाणाऱ्या अनेक मुली तिला आठवल्या. रामदादा, दत्तोबा, विष्णूअण्णा, सोनबा सारे जुने सहकारी आठवले. बाप्पा गेला, तरी ते सारे होतेच. ऑर्गन, सारंगी, तबला सारी वाद्ये होती. नाटकांची पुस्तके होती. दिवे, फ्लडस् सारं होतं.

हवा होता, तो यौवनाचा निर्धार! त्या ट्रंकेवर बसून तिच्या नजरेसमोर सारी नाटके एका पाठोपाठ येऊ लागली. तिचा निर्धार पक्का झाला, तिच्या कानावर स्टिरिओचा मोठा आवाज आला. उत्कर्षचा 'इंद्रधनुष्य' ऑर्केस्ट्रा -- त्यांची रंगीत तालीम सुरू होणार होती. तरूण मुलामुलींचा नृत्य नावाचा धांगडधिंगा आणि सारी वाद्ये...रात्रभर या घरात वाजत राहणार होती. निर्धारानं यौवना बाहेर आली. हे सर्व थांबायला हवं होतं.

तेवढ्यात गेटबाहेर गाड्या थांबल्या. सुमो, मारूती, स्कूटर्स...भेलकांडत हर्ष गेट उघडत होता. फटाके फुटत होते. दारूनं धुंद झालेली, गुलालात न्हालेली, नाट्यमन्वंतरची कलाकार मंडळी ओरडत, स्वत:चा जयकार करत घरात येत होती. यौवनाचा संताप अनावर झाला. पायऱ्या उतरून ती गेटजवळ गेली.

"थांबा. कुणीही आत यायचं नाही." ती ओरडली.

"ऑ? तुला आणि कायं झालयं? पहिलं बक्षीस घेऊन आलोय."

अडखळत हर्ष म्हणाला.

"ऐक. हर्ष आणि तू ही उत्कर्ष. यानंतर माझ्या नाट्यमन्वंतरचं नाव घेऊन नाटकं बसवायची नाहीत."

" पण का? नाट्यमन्वंतरचं नाव आम्ही लावणारं नाही तर कोण?"

"कोण? मी लावणार. मी जिवंत आहे."

"तू?" हसू आवरत हर्ष म्हणाला.

"तू काय करणार? म्हातारचळ लागलाय तुला?" "असेल. पण यानंतर मी सगळी जुनी नाटक पुन्हा बसवणार आहे. पूर्वीच्या थाटात, पूर्वीच्या वैभवात."

"आणि कोण बघणारं ती नाटक?" कुचेष्टेने उत्कर्षने विचारलं.

"सारा गोवा फिरून ये. आजही लोकांना वेड आहे ते या नाटकांचं...या गाण्यांचं"

"आई, जग चंद्रावर पोचलयं. कुणाला हवेत ते धैर्यधर आणि कृष्ण?"

"जग कुठेही पोचू दे. पण नाट्यमन्वंतरतर्फे नाटकं सादर होतील ती दर्जेदारच असतील. तुम्ही विटाळलंत त्याचं नावं..."

"काय केलं आम्ही? दरवर्षी पहिले आलो. पेपरात नावं आली. मिनिस्टरांसोबत फोटो आले. तुमचं असं कौतुक झालंय?" "कसं होणारं? बक्षिसाच्या आशेनं नाटक करत नव्हतो आम्ही. पहिले येण्यासाठी लाचार होण्याचे ते दिवस नव्हते. आणि मिनिस्टर नव्हतेच. गोरे अधिकारी, मडमा, भाषा समजत नव्हती तरी प्रेमानं

नाटक बघायचे, आदरानं उभे रहायचे.''

"हे बघ आई, उगीच अपमान करून घेऊ नकोस. ऊठ वाटेतून. मी थकलोय. या सर्वांना पार्टी द्यायची आहे. बाजूला हो?''

"खबरदार आंत याल तर. या घरात यानंतर नाटकाच्या तालमीच्या, ऑर्केस्ट्राच्या नावाखाली दारू पिऊन नंगा नाच होणार नाही. उत्कर्ष, उचल तुझे ते ड्रम आणि ढोल. नाट्यमन्वंतरचं नाव यापुढे लावायचं नाही. हे घर? माझं आहे. आणि नाट्यमन्वंतरची कायदेशीर मालकीण मी आहे. हे घर यानंतर माझ्या पद्धतीने चालेल. या घरात तुम्ही राहू शकता पण बाप्पांची मुलं म्हणून...समजलं?''

यौवनाचा आवेश बघून सारे गारठून गेले. हर्षची धुंदी खाडकन् उतरली. तरी कुजकेपणानं तो म्हणाला " तुला म्हातारीला बघायला कोण येणार?''

हसतील माणसं...

"बालगंधर्वांना म्हातारपणीसुद्धा प्रेमानं बघणारा प्रेक्षक आहे.''

"तू काय स्वत:ला बालगंधर्व समजतेस की काय? ''

"तेवढी मूर्ख मी नाही. मी यौवना गडकर आहे याचं भान मला आहे''

गेटच्या आत उभ्या असणाऱ्या यौवनाच्या जागी साक्षात रंगदेवता उभी होती. तिचा आवेश, तिच्या चेहऱ्यावरचं तेजं. सात्विक संताप बघून गेटबाहेरचे एकएक करत निघून गेले. गेटबाहेर हर्ष, उत्कर्ष आणि हतबद्ध सून उभी होती.

"तुम्ही नव्या वळणाने जावू शकता. पण ते स्वत:च्या जबाबदारीवर. या घरात रहायचे तर मुलगा आणि सून बनून! उद्यापासून मी नव्याने जुळवाजुळव करणार आहे. सारी जुनी माणसे घरात येतील. कंपनीच्या पद्धतीप्रमाणे आधी पदं बसतीलं. नंतर तालमी सुरू होतील.''

"आणि आम्ही?''

"निर्णय तुमच्या हाती आहे.''

यौवना पाठमोरी होऊन घरात आली. तिने सारे दिवे पेटवले. तसं घर झगमगून उठलं. टेबलावर उभी राहून, तिने नाट्यमन्वंतरचा बोर्ड खाली काढला. मोठ्या मायेनं तो पदरानं पुसून काढला. वाळलेला हार काढून टाकताना, ती गुणगुणत होती.

"असूनी खास मालक घरचा...

म्हणती चोर त्याला..परवशता पाश दैवे...

ज्याच्या गळा लागला.''

गुणगुणताना आवाज, स्वच्छ मोकळा झाला. फोटोमधून मोतीबाई आणि बाप्पा हसत होते. समाधानानं!

एक नवे मन्वंतर जन्माला आले होते.

◆

www.ingramcontent.com/pod-product-compliance
Lightning Source LLC
Chambersburg PA
CBHW081425140525
26677CB00033B/943